ഇന്ത്യ @ 75

India @ 75
Politics

Sitharam Yechuri, Prakash Karat
M A Baby, Dr. Hemalatha, B V Rakavalu
Prabhat Patnaik, Brinda Karat, Ashok Dhawale

Translation
Vijayakumar G, Arya Jinadevan

CHINTHA PUBLISHERS
Thiruvananthapuram

First Edition
January 2023

Published
Chintha Publishers, Thiruvananthapuram

Typesetting
Star communications, Thiruvananthapuram

Cover Design
Vinod Mangoes

ISBN : 978-93-94753-51-8

CO - 3217 / 6253

Email: chinthapublishers@gmail. com
Website: www. chinthapublishers. com

A version is available at National Libraries
Kolkata, Mumbai, Chennai and Delhi

Distribution
DESHABHIMANI BOOKHOUSE
H O Thiruvananthapuram 695035

Branch
Head Office Kunnukuzhi • Statue Thiruvananthapuram
KSRTC Bus Terminal Thampanoor • Saphalyam Complex Thiruvananthapuram
KSRTC Bus Station Alappuzha • KSRTC Bus Station Ernakulam
Machingal Lane Thrissur • IG Road Kozhikode
Mavoor Road Kozhikode • NGO Union Building Kannur
Central Bus Terminal Complex Thavakkara Kannur

ഇന്ത്യ @ 75

സീതാറാം യെച്ചൂരി
പ്രകാശ് കാരാട്ട്
എം എ ബേബി
ഡോ. ഹേമലത
ബി വി രാഘവലു
പ്രഭാത് പട്നായക്
വൃന്ദ കാരാട്ട്
അശോക് ധാവ്ളെ

പരിഭാഷ
വിജയകുമാർ ജി
ആര്യ ജിനദേവൻ

ചിന്ത പബ്ലിഷേഴ്സ്
തിരുവനന്തപുരം-695 035

ജി വിജയകുമാർ

സംസ്ഥാന സർക്കാർ സർവ്വീസിൽ 30 വർഷം - സർവ്വേ വകുപ്പ് ജീവനക്കാരനായിരുന്നു. ഇക്കാലത്ത് കേരള എൻ ജി ഒ യൂണിയൻ സംസ്ഥാന സെക്രട്ടറി. *കേരള സർവ്വീസ്* മാസികയുടെ എഡിറ്റർ. ഇപ്പോൾ *ചിന്ത* വാരികയുടെ പത്രാധിപ സമിതി അംഗം.

കൃതികൾ : *ആണവകരാർ അടിമത്തത്തിലേക്കുള്ള കാൽവെപ്പ്, അറബ് വസന്തം മുതൽ വാൾസ്ട്രീറ്റ് പിടിച്ചെടുക്കൽ വരെ, ക്യൂബ സോഷ്യലിസത്തിന്റെ പാതയിൽ തന്നെ, മാധ്യമ നുണകളുടെ പെരുമഴക്കാലം, വധശിക്ഷ ഭീകരത യാക്കൂബ് മേമൻ, ഹ്യൂഗോ ഷാവേസും ഇരുപത്തിയൊന്നാം നൂറ്റാണ്ടിലെ സോഷ്യലിസവും, ലാറ്റിനമേരിക്കൻ ജനകീയ ചരിത്രം, ചുവന്ന സൂര്യന്റെ ഉദയാസ്തമയം, മാർക്സിന്റെ സമരങ്ങൾ, ഒക്ടോബർ വിപ്ലവം.*

പരിഭാഷകൾ: കാൾ മാർക്സിന്റെ *ഗോഥാ പരിപാടിയെക്കുറിച്ചുള്ള വിമർശനം*, ചെഗുവേരയുടെ *മോട്ടോർ സൈക്കിൾ ഡയറി*, മാർക്സ് & എംഗൽസ് ജീവചരിത്രക്കുറിപ്പ്, അന്റോണിയോ ഗ്രാംഷിയുടെ *തത്വശാസ്ത്രത്തിന്റെ പഠനം*, അൽത്തൂസറിന്റെ *മൂലധനത്തിനൊരു മുഖവുര*, പ്രഭാത് പട്നായക്കിന്റെ *മുതലാളിത്തത്തിന്റെ പ്രതിസന്ധിയും സോഷ്യലിസത്തിന്റെ ഭാവിയും.*

വിലാസം	: ദീപ്തി, TC 20/1884 (17) ARA -E 40, തമലം പൂജപ്പുര പി ഒ, തിരുവനന്തപുരം 695 012
ഫോൺ	: 9446383414
ഇ- മെയിൽ	: vijayan.chintha@gmail.com

ആര്യ ജിനദേവൻ

ഇടുക്കി ജില്ലയിലെ തൂക്കുപാലത്ത് ജനനം. പ്രാഥമിക വിദ്യാഭ്യാസം ഇടുക്കിയിൽ. തുടർന്ന് കുടുംബം തൃശ്ശൂർ ജില്ലയിലേക്ക് താമസം മാറ്റി. ഹൈസ്കൂൾ വിദ്യാഭ്യാസവും കോളേജ് വിദ്യാഭ്യാസവും തൃശ്ശൂരിൽ. തൃശ്ശൂർ കേരള വർമ്മ കോളേജിൽനിന്ന് പൊളിറ്റിക്കൽ സയൻസിൽ ബിരുദവും ചാലക്കുടി പനമ്പിള്ളി ഗോവിന്ദമേനോൻ സ്മാരക ഗവ. കോളേജിൽനിന്ന് ബിരുദാനന്തര ബിരുദവും. എസ് എഫ് ഐ സംസ്ഥാന കമ്മിറ്റി അംഗമായിരുന്നു. ഇപ്പോൾ ചിന്ത വാരികയിൽ സബ് എഡിറ്റർ.

അച്ഛൻ	: പി ജി ജിനദേവൻ
അമ്മ	: ലൈല ജിനദേവൻ
ജീവിതപങ്കാളി	: ആഷിൻ ആന്റണി

ഉള്ളടക്കം

പ്രസാധകക്കുറിപ്പ്

നൂറ്റാണ്ടുകൾ നീണ്ട കൊളോണിയൽ യുഗത്തിന് തിരശ്ശീലയിട്ടു കൊണ്ട് നിരവധി രാഷ്ട്രങ്ങൾ സ്വാതന്ത്ര്യത്തിലേക്ക് ചുവടുവെച്ച രണ്ടാം ലോക യുദ്ധാനന്തര ദശകത്തിലാണ് ഇന്ത്യയും ഒരു സ്വതന്ത്ര രാഷ്ട്രമായി മാറുന്നത്. നീണ്ട 75 വർഷങ്ങൾ പിന്നിടുന്ന ഈ വേളയിൽ നാം എവിടെ എത്തി നില്ക്കുന്നു എന്ന ഒരു കണക്കെടുപ്പ് ഏറെ ആവശ്യമാണ്. സ്വാതന്ത്ര്യ സമരത്തിലൂടെ രൂപപ്പെട്ട ഇന്ത്യ എന്ന ആശയം തന്നെ കടുത്ത വെല്ലുവിളി നേരിടുന്ന ഈ സന്ദർഭത്തിൽ ഇത് സവിശേഷ പ്രാധാന്യം അർഹിക്കുന്നു. നീണ്ട ഏഴു പതിറ്റാണ്ടുകളിലൂടെ നാം കടന്നുപോയ വീഥികളിലേക്ക് തിരിഞ്ഞു നോക്കുന്നതിനേക്കാൾ സുപ്രധാനമാണ് വർത്തമാനകാലത്തെക്കുറിച്ചുള്ള ഈ വിലയിരുത്തൽ. കൊളോണിയൽ നുകത്തിൽനിന്ന് മോചനം ലഭിക്കുന്ന വേളയിൽ ഇന്ത്യൻ ജനതയ്ക്കുണ്ടായിരുന്ന പ്രതീക്ഷകൾ നിറവേറ്റാൻ അതിനുശേഷം അധികാരത്തിലെത്തിയ ഭരണകൂടങ്ങൾക്ക് കഴിഞ്ഞുവോ? അന്ന് ഇന്ത്യൻ ജനതയെ ഒരുമിപ്പിച്ച ആശയങ്ങൾ ഇന്നും ശക്തമായി നിലനില്ക്കുന്നുവോ? നമുക്കൊപ്പം സ്വാതന്ത്ര്യം നേടിയ മറ്റു രാഷ്ട്രങ്ങളുടെ സാമൂഹിക സാമ്പത്തിക പുരോഗതിയുമായി താരതമ്യം ചെയ്യുമ്പോൾ നമ്മുടെ സ്ഥാനം എവിടെയാണ്?

സൈദ്ധാന്തികവും പ്രായോഗികവുമായ ഇത്തരമൊരു വിശകലനമാണ് വിവിധ കോണുകളിലൂടെ ഒരുകൂട്ടം മാർക്സിസ്റ്റ് പണ്ഡിതർ ഇവിടെ നടത്തുന്നത്. സ്വതന്ത്ര ഇന്ത്യയുടെ ഭദ്രമായ ഭാവിക്ക് ഇത്തരമൊരു അന്വേഷണം ഏറെ അനിവാര്യമാണ്.

ചിന്ത പബ്ലിഷേഴ്സ്

മതനിരപേക്ഷ ജനാധിപത്യറിപ്പബ്ലിക്കിനെ സംരക്ഷിക്കുക, സമരങ്ങളും ചെറുത്തു നില്പും രൂക്ഷമാക്കുക

സീതാറാം യെച്ചൂരി

മോദി സർക്കാർ *ആസാദി കാ അമൃത് മഹോത്സവ്* എന്ന് നാമകരണം ചെയ്തിട്ടുള്ള ഇന്ത്യയുടെ സ്വാതന്ത്ര്യത്തിന്റെ 75-ാം വാർഷികം രാജ്യത്തെ ഓരോ വീട്ടിലും ദേശീയ പതാക ഉയർത്തുന്നതിൽ കേന്ദ്രീകരിച്ചുള്ള വലിയൊരു കാംപെയ്നായി ഉയർത്തപ്പെടുകയാണ്. ഇതിനായി, ഇന്ത്യയുടെ ഫ്ളാഗ് കോഡ് (പതാകയെ സംബന്ധിച്ച നിയമസംഹിത) 2021 ഡിസംബറിൽ ഭേദഗതി ചെയ്തു; ഖാദി, പരുത്തി, സിൽക്ക് തുടങ്ങിയ സ്വാഭാവിക തുണികൊണ്ടല്ലാതെ പോളിസ്റ്റർ ഉൾപ്പെടെയുള്ള പദാർത്ഥങ്ങളിൽനിന്ന് കൊടികൾ നിർമ്മിക്കാൻ അനുവദിക്കുന്നതാണ് പുതിയ നിയമഭേദഗതി. രാജ്യത്തെ ഏറ്റവും വലിയ പോളിസ്റ്റർ ഉല്പാദകർ ആരാണെന്ന് എല്ലാവർക്കും അറിയാവുന്നതാണ്. തെരഞ്ഞെടുക്കപ്പെട്ട ശിങ്കിടികൾക്ക് കൊള്ളലാഭമുണ്ടാക്കുന്നതിന് ഇത് അവസരമൊരുക്കുന്നു.

അടൽ ബിഹാരി വാജ്പേയി പ്രധാനമന്ത്രിയാകുന്നതുവരെ ആർ എസ് എസും ബി ജെ പിയും ഒരിക്കലും ദേശീയ പതാക ഉയർത്തിയിട്ടില്ല; അവരുടെ കൂറ് അതേവരെ കാവിക്കൊടിയോടായിരുന്നു. ആർ എസ് എസ് ഒരിക്കലും ഇന്ത്യൻ സ്വാതന്ത്ര്യസമരത്തിന്റെ ഭാഗമായിരുന്നിട്ടില്ല. ഏറ്റവുമധികം അനുഭാവമുള്ള ഹിന്ദുത്വ ചരിത്രകാരൻപോലും രേഖപ്പെടുത്തിയിട്ടുള്ളതും ബ്രിട്ടീഷ് ഇന്റലിജൻസ് റിപ്പോർട്ടുകൾ സ്ഥിരീകരിച്ചിട്ടുള്ളതുമായ വസ്തുതയാണിത്.

കമ്യൂണിസ്റ്റുകാർ വഹിച്ച മഹത്തായ പങ്ക്

നേരെമറിച്ച് സി പി ഐ (എം) ന്റെ സ്ഥാപക പൊളിറ്റ് ബ്യൂറോയിൽ ഒമ്പത് അംഗങ്ങളും ബ്രിട്ടീഷുകാരാൽ അറസ്റ്റ് ചെയ്യപ്പെട്ടവരും

സ്വാതന്ത്ര്യ സമരകാലത്ത് ദീർഘകാലം ജയിൽവാസം അനുഭവിച്ചിട്ടുള്ളവരുമാണ്. ആൻഡമാൻ ദ്വീപിലെ സെല്ലുലാർ ജയിലിൽ (കാലാപാനി) മാർബിൾ ഫലകത്തിൽ കൊത്തിവെച്ചിട്ടുള്ള പേരുകളിൽ അധികവും വിപ്ലവ കമ്യൂണിസ്റ്റ് പ്രസ്ഥാനവുമായി ബന്ധപ്പെട്ടവരുടേതാണ്. 1947 ആഗസ്ത് 15 നും കണ്ണൂർ ജയിലിൽ തടവുകാരനായിരുന്നപ്പോൾ അവിടെയാണ് സഖാവ് എ കെ ഗോപാലൻ പതാക ഉയർത്തിയത്. 1932 ൽ ഹർകിഷൻസിങ് സൂർജിതിന് 16 വയസ്സുണ്ടായിരുന്നപ്പോഴാണ് ഹോഷിയാർപൂർ കളക്ടറേറ്റിൽനിന്നും യൂണിയൻ ജാക്ക് വലിച്ചുതാഴെയിടുകയും ത്രിവർണ്ണ പതാക ഉയർത്തുകയും ചെയ്തതിനുമാണ് ബ്രിട്ടീഷുകാർ അദ്ദേഹത്തെ അറസ്റ്റു ചെയ്തത്. കമ്യൂണിസ്റ്റുകാരെയും സി പി ഐ (എം)നെയും സംബന്ധിച്ചിടത്തോളം ദേശസ്നേഹവും ത്യാഗമനോഭാവവും ഇന്ത്യയെ സോഷ്യലിസ്റ്റ് രാജ്യമാക്കി പരിവർത്തനം ചെയ്യണമെന്ന വിപ്ലവകാഴ്ചപ്പാടിന്റെ അവിഭാജ്യ ഭാഗമാണ്.

1920 ൽ രൂപീകരിക്കപ്പെട്ട നാൾ മുതൽതന്നെ കമ്യൂണിസ്റ്റുപാർട്ടി ദേശീയ പ്രസ്ഥാനത്തിന്റെ അജണ്ടയെ സ്വാധീനിക്കാൻ ആരംഭിച്ചു. 1921 ൽ അഖിലേന്ത്യാ കോൺഗ്രസ് കമ്മിറ്റിയുടെ അഹമ്മദാബാദ് സമ്മേളനത്തിൽ കമ്യൂണിസ്റ്റു പാർട്ടിക്കു വേണ്ടി മൗലാന ഹസ്രത് മൊഹാനിയും സ്വാമി കുമാരാനന്ദയും ബ്രിട്ടീഷ് വാഴ്ചയിൽനിന്നും സമ്പൂർണ്ണ സ്വാതന്ത്ര്യം ആവശ്യപ്പെടുന്ന പ്രമേയം അവതരിപ്പിച്ചു; എന്നാൽ അന്ന് ഗാന്ധിജിക്ക് സ്വീകാര്യമല്ലാതിരുന്നതിനാൽ അതംഗീകരിച്ചില്ല (പിന്നീട് 1929 ലാണ് കോൺഗ്രസ് പൂർണ്ണസ്വരാജിന് ആഹ്വാനം നല്കിയത്). ഗയയിൽ ചേർന്ന അടുത്ത എ ഐ സി സി സമ്മേളനത്തിൽ, 1922 ൽ, ദേശീയ പ്രസ്ഥാനത്തിന്റെ ലക്ഷ്യങ്ങൾ സംബന്ധിച്ച ചാർട്ടർ സി പി ഐ വിതരണം ചെയ്തു. തുടർന്നുള്ള എ ഐ സി സി സമ്മേളനങ്ങളിലും ഇത് തുടർന്നു.

സ്വാതന്ത്ര്യപ്രക്ഷോഭത്തിന്റെ അജണ്ടയെ സ്വാധീനിക്കുന്നതിലും കമ്യൂണിസ്റ്റുകാർ പ്രമുഖ സംഭാവന ചെയ്തിട്ടുണ്ട്. **ഭൂപ്രശ്നം:** 1940 കളിൽ രാജ്യത്തിന്റെ നാനാഭാഗങ്ങളിൽ പ്രത്യേകിച്ച് കേരളത്തിലെ പുന്നപ്ര വയലാറും ബംഗാളിലെ തേഭാഗ പ്രക്ഷോഭവും ആസാമിലെ സുർമവാലി സമരവും മഹാരാഷ്ട്രയിലെ വർളികലാപവും മറ്റും, കമ്യൂണിസ്റ്റുകാർ അഴിച്ചുവിട്ട ഭൂപ്രശ്നം ഉയർത്തിയുള്ള സമരങ്ങൾ. ഇവയിൽ ഏറ്റവുമധികം ഉയർത്തിക്കാണിക്കപ്പെടേണ്ടതാണ് തെലങ്കാന സായുധ സമരം-ഭൂപരിഷ്കരണത്തിന്റെയും സെമിന്ദാരി സമ്പ്രദായം അവസാനിപ്പിക്കുന്നതിന്റെയും വിഷയങ്ങളെ കേന്ദ്ര സ്ഥാനത്തേക്ക് കൊണ്ടുവന്നു.

ഇന്ത്യയുടെ ഭാഷാപരമായ വൈവിദ്ധ്യത്തെ പരിരക്ഷിക്കുകയും വിവിധ ഭാഷാദേശീയതകളെ സ്വാതന്ത്ര്യസമരവുമായി കൂട്ടിയോജിപ്പിക്കുകയും ചെയ്ത കമ്യൂണിസ്റ്റുകാരാണ് ക്രമേണ സ്വതന്ത്ര ഇന്ത്യയിൽ ഭാഷാടിസ്ഥാനത്തിൽ സംസ്ഥാനങ്ങളുടെ പുനഃസംഘടനയ്ക്ക് വഴിയൊരുക്കിയത്.

മതനിരപേക്ഷതയോടുള്ള കമ്യൂണിസ്റ്റുകാരുടെ വിട്ടുവീഴ്ചയില്ലാത്ത പ്രതിബദ്ധതയാണ് സ്വാതന്ത്ര്യസമരകാലത്ത് പൊട്ടിപ്പുറപ്പെട്ട വർഗ്ഗീയ കലാപങ്ങൾക്കിടയിൽ സമാധാനവും ഐക്യവും ഉയർത്തിപ്പിടിക്കുന്നതിൽ പ്രധാന പങ്കുവഹിച്ചത്. ഇന്ന് കമ്യൂണിസ്റ്റുകാരാണ് സുസ്ഥിരമായി മതനിരപേക്ഷതയെ ഏറ്റവുമധികം ഉയർത്തിപ്പിടിക്കുന്നത്.

ഗ്രാമീണ ഇന്ത്യയിലെ ചൂഷിതരായ ഭൂരിപക്ഷത്തെ ഒരുമിച്ച് കൊണ്ടുവരൽ; സാമൂഹികമായി അടിച്ചമർത്തപ്പെട്ട ജനതയെ ഒന്നിച്ചണിനിരത്തൽ, പ്രത്യേകിച്ചും നിന്ദ്യമായ ജാതി അധിഷ്ഠിത അടിച്ചമർത്തലുകൾക്കും അതിക്രമങ്ങൾക്കും വിധേയരായി ഇന്നും തുടരുന്ന ജനവിഭാഗങ്ങളെ ഒന്നിച്ചണിനിരത്തൽ; ഒട്ടനവധി ഭാഷാ ദേശീയതകളെ യോജിപ്പിച്ചണിനിരത്തൽ; പല മത വിഭാഗങ്ങളിൽപ്പെട്ട ഇന്ത്യൻ ജനതയെ ഒന്നിച്ചുനിർത്തൽ, സർവ്വോപരി എല്ലാ ഇന്ത്യാക്കാരെയും സാമ്പത്തിക സാമൂഹിക നീതിയുടേതുമായ പാതയിൽ ഉൾപ്പെടുത്തിക്കൊണ്ട് യോജിപ്പിച്ച് അണിനിരത്തലാണ് സ്വാതന്ത്ര്യസമരത്തിനുള്ള കമ്യൂണിസ്റ്റുസംഭാവനയുടെ കാതൽ.

ചരിത്രത്തിന്റെ പൊളിച്ചെഴുത്തും വക്രീകരിക്കലും

ആർ എസ് എസ്/ബി ജെ പിയെ സംബന്ധിച്ചിടത്തോളം, തങ്ങളെ സ്വാതന്ത്ര്യപ്രക്ഷോഭത്തിന്റെ ഭാഗമാക്കി കള്ളക്കടത്ത് നടത്തിക്കൊണ്ട് ചരിത്രത്തെ തിരുത്തിയെഴുതാനുള്ള അവസരം പ്രദാനം ചെയ്യുന്നതാണ് ഈ നിരീക്ഷണങ്ങൾ. സർക്കാർ സ്പോൺസറിങ്ങുള്ള അതിതീവ്രമായ ഒരു കാംപെയ്ൻ അഴിച്ചുവിടപ്പെട്ടിരിക്കുകയാണ്; അതുപ്രകാരം ഹിന്ദുത്വ ആർ എസ് എസ് നേതാക്കളെ സ്വാതന്ത്ര്യ സമരപോരാളികളായി ചിത്രീകരിക്കുകയാണ്. വി ഡി സവർക്കറാണ് 1923 ൽ ഹിന്ദുത്വ എന്ന പദം അവതരിപ്പിച്ചത്; ഹിന്ദുമതാചാരങ്ങളുമായി ഒരു ബന്ധവുമില്ലാത്ത രാഷ്ട്രീയ പ്രോജക്ടായാണ് സവർക്കർ അതിനെ നിർവ്വചിച്ചത്. ഗാന്ധിജിയെ വധിക്കാനുള്ള ഗൂഢാലോചനയ്ക്കു പിന്നിലെ ബുദ്ധികേന്ദ്രമെന്ന നിലയിൽ സവർക്കർ അറസ്റ്റ് ചെയ്യപ്പെട്ടു. കുറ്റസമ്മതം നടത്തിയ ആളുടെ മൊഴിയെ സാധൂകരിക്കാൻ വേണ്ട തെളിവുകളുടെ അഭാവത്തിൽ പിന്നീട് അദ്ദേഹത്തെ കുറ്റവിമുക്തനാക്കി ക്രിമിനൽ നിയമത്തിലെ തികച്ചും സാങ്കേതികമായ ഒരു പോയിന്റുമാത്രമാണിത്. മികച്ച ഒരു ക്രിമിനൽ അഭിഭാഷകനായിരുന്ന സർദാർ പട്ടേലിനുതന്നെ വ്യക്തിപരമായി സവർക്കർ കുറ്റവാളിയാണെന്ന് ബോദ്ധ്യമുണ്ടായിരുന്നു, അതുകൊണ്ടു തന്നെയാണ് അദ്ദേഹം അയാളെ വിചാരണയ്ക്ക് വിധേയനാക്കിയത്.

ഒരു പ്രത്യേക മുസ്ലീം രാഷ്ട്രം ആവശ്യപ്പെട്ടുകൊണ്ടുള്ള സമരം മുഹമ്മദ് അലി ജിന്ന നയിക്കുന്നതിനും രണ്ടുവർഷം മുൻപ് സവർക്കറായിരുന്നു ആദ്യമായി ദ്വിരാഷ്ട്ര സിദ്ധാന്തം മുന്നോട്ടുവെച്ചത്; ഈ നീക്കങ്ങളും നിലപാടുകളുമാണ് രാജ്യത്തിന്റെ ദൗർഭാഗ്യകരവും ദുരന്തപൂരിതവുമായ

വിഭജനത്തിനിടയാക്കിയത്; ബ്രിട്ടീഷുകാരുടെ കൈമെയ് മറന്നുള്ള സഹായവും പ്രേരണയും ഇവയ്ക്കുണ്ടായിരുന്നു. സെല്ലുലാർ ജയിലിലെ അന്തേവാസിയെന്ന നിലയിൽ സവർക്കർ തന്നെ ജയിലിൽ നിന്ന് മോചിപ്പിക്കണമെന്നാവശ്യപ്പെട്ടുകൊണ്ട് ബ്രിട്ടീഷുകാർക്ക് ദയാഹർജി അയച്ചു; ആ ദയാഹർജിയിൽ ബ്രിട്ടീഷുകാരുടെ ആജ്ഞാനുവർത്തിയായി കഴിയാമെന്ന് സവർക്കർ ഉറപ്പുകൊടുത്തിരുന്നതായി ഹിന്ദുത്വ അനുഭാവമുള്ള ചരിത്രരചയിതാക്കൾതന്നെ രേഖപ്പെടുത്തിയിട്ടുണ്ട്. തന്റെ ഹർജിയിൽ ബ്രിട്ടീഷുകാർക്ക് സവർക്കർ നല്കിയ ഉറപ്പ് ഇങ്ങനെയാണ്: "ഇപ്പോൾ ഹൃദയത്തിൽ ഇന്ത്യയുടെയും മാനവരാശിയുടെയും നന്മ കാംക്ഷിക്കുന്ന ഒരാളും അന്ധമായി മുള്ളുകൾ നിറഞ്ഞ പാതയിലേക്ക് എടുത്തുചാടില്ല; 1906-1907 കാലത്ത് ഇന്ത്യയിൽ ഉത്തേജിതവും പ്രതീക്ഷയ്ക്കു വകയില്ലാത്തതുമായ സാഹചര്യമാണ് സമാധാനത്തിന്റെയും പുരോഗതിയുടെയും പാതയിൽനിന്ന് ഞങ്ങളെ വഴിതെറ്റിച്ചത്. ആയതിനാൽ ഗവൺമെന്റ് തങ്ങളുടെ അളവറ്റ ഔദാര്യവും ദയാവായ്പുമൂലം എന്നെ ജയിൽ മോചിതനാക്കുകയാണെങ്കിൽ ഭരണഘടനാപരമായ പുരോഗതിയുടെ ശക്തനായ വക്താവായി മറ്റാരെക്കാളും മുന്നിൽ ഞാനുണ്ടാകും; ആ പുരോഗതിയുടെ മുഖ്യമായ വ്യവസ്ഥയായ ഇംഗ്ലീഷ് ഗവൺമെന്റിനോടുള്ള വിധേയത്വവും ഞാൻ പുലർത്തും." (ആർ സി മജുംദാർ Penal Settlement in Andamans, പേജ് 211-213 ആൻഡമാനിലെ പീനൽ സെറ്റിൽമെന്റ് പേജ് 211-213.

ബ്രിട്ടീഷുകാരുമായി സന്ധിചെയ്തശേഷമുള്ള തന്റെ ജീവിതത്തിന്റെ മുഖ്യപങ്കിലും സവർക്കറുടെ രാഷ്ട്രീയം ബ്രിട്ടീഷുകാർക്കെതിരെ ആയിരുന്നില്ല; മറിച്ച് കോൺഗ്രസും ഇടതുപക്ഷവും നയിച്ച പ്രക്ഷോഭങ്ങൾക്കെതിരെ ആയിരുന്നു. ഹിന്ദു മഹാസഭയുടെ നേതാവെന്ന നിലയിൽ, 1942 ലെ ക്വിറ്റ് ഇന്ത്യാ പ്രക്ഷോഭത്തെപ്പോലെയുള്ള പ്രക്ഷോഭങ്ങളിൽ ഹിന്ദുമഹാസഭയുടെയോ ആർ എസ് എസിന്റെയോ അംഗങ്ങളാരും പങ്കെടുക്കുന്നില്ലയെന്ന് സവർക്കർ ഉറപ്പാക്കിയിരുന്നു.

"എല്ലാ ഹിന്ദു സംഘഥാനിസ്റ്റുകളും പൊതുവിൽ സർക്കാർ സർവീസിലെ ഏതെങ്കിലും തസ്തികയിലോ സർക്കാർ ആനുകൂല്യം ലഭിക്കുന്ന ഏതെങ്കിലും സ്ഥാനത്തോ ഉള്ളവരെല്ലാം അവയിൽ ഉറച്ചു നില്ക്കുകയും തങ്ങളുടെ സ്ഥിരം ചുമതലകൾ നിർവ്വഹിക്കുകയും വേണം എന്ന് ഞാൻ കൃത്യമായ നിർദ്ദേശം നല്കിയിട്ടുണ്ട്" (1995 ഡിസംബർ ഒന്നിന്റെ ലക്കം *ഫ്രണ്ട്‌ലൈനിൽ* എ ജി നൂറാണി എഴുതിയ ലേഖനത്തിൽ ഉദ്ധരിച്ചത്).

വാസ്തവത്തിൽ ബോംബെ ആഭ്യന്തര വകുപ്പ് 1942 ലെ ക്വിറ്റ് ഇന്ത്യാ പ്രക്ഷോഭകാലത്ത് ഇങ്ങനെ നിരീക്ഷിച്ചു: "സംഘ് വളരെ കരുതലോടെ നിയമത്തിന്റെ പരിധിക്കുള്ളിൽനിന്നു; പ്രത്യേകിച്ച് 1942 ആഗസ്തിൽ പൊട്ടിപ്പുറപ്പെട്ട കുഴപ്പങ്ങളിൽ പങ്കെടുക്കുന്നതിൽനിന്നും അവർ വിട്ടുനിന്നു."

ഈ യാഥാർത്ഥ്യം മറച്ചുവയ്ക്കുന്നതിനായി, അവർ കമ്യൂണിസ്റ്റു

കാർക്കെതിരെ പച്ചക്കള്ളങ്ങൾ പ്രചരിപ്പിച്ചു. രാജ്യം ക്വിറ്റ് ഇന്ത്യ പ്രക്ഷോഭത്തിന്റെ 50-ാം വാർഷികം ആഘോഷിച്ചപ്പോൾ അന്നത്തെ ഇന്ത്യൻ പ്രസിഡന്റ് ഡോ. ശങ്കർ ദയാൽശർമ്മ 1992 ആഗസ്ത് 9/10 അർദ്ധരാത്രി ചേർന്ന സമ്മേളനത്തെ അഭിസംബോധന ചെയ്തുകൊണ്ട് ഇങ്ങനെ പറഞ്ഞു: 'കാൺപൂരിലെയും ജംഷെഡ് പൂരിലെയും അഹമ്മദാബാദിലെയും മില്ലുകളിൽ നടന്ന വമ്പിച്ച പണിമുടക്കുകൾക്കുശേഷം 1942 സെപ്തംബർ 5-ാം തീയതി ഡൽഹിയിൽനിന്നും ലണ്ടനിലെ സെക്രട്ടറി ഓഫ് സ്റ്റേറ്റിന് അയച്ച കത്തിൽ കമ്യൂണിസ്റ്റ് പാർട്ടി ഓഫ് ഇന്ത്യയെ സംബന്ധിച്ച് ഇങ്ങനെയാണ് റിപ്പോർട്ട് ചെയ്തത്: അതിലെ മിക്ക അംഗങ്ങളുടെയും പെരുമാറ്റം തെളിയിക്കുന്നത് ബ്രിട്ടീഷ് വിരുദ്ധരായ വിപ്ലവകാരികളുടെ ഒരു സംഘമാണ് അതെന്നാണ്; എക്കാലത്തും അത് വ്യക്തവുമായിരുന്നു.'

ഇത്തരത്തിലൊന്നാണ് സവർക്കറുടെ കുപ്രസിദ്ധിയാർജ്ജിച്ച റിക്കാർഡ്.

ഇതിൽനിന്നും തികച്ചും വ്യത്യസ്തമായി, കമ്യൂണിസ്റ്റുകാരെക്കുറിച്ച് മാത്രമല്ല ജവഹർലാൽ നെഹ്റുവിനെക്കുറിച്ചുപോലും ഗവൺമെന്റ് കാംപെയ്നുകളിൽ സമാനമായ ഒരു പരാമർശം ചെറുതായിട്ടുപോലുമില്ല. ഇന്ത്യൻ ഭരണഘടനയുടെ നിർമ്മാണത്തിനും ആധുനിക മതനിരപേക്ഷ ജനാധിപത്യറിപ്പബ്ലിക്കായി സ്വതന്ത്ര ഇന്ത്യയുടെ സ്വഭാവത്തെ മാറ്റുന്നതരത്തിലുള്ള ഭരണഘടന അംഗീകരിക്കുന്നതിനും ഇടയാക്കിയ പ്രധാന ചർച്ചകളും പ്രമേയങ്ങളും നയിച്ചത് മതനിരപേക്ഷ ജനാധിപത്യ ഇന്ത്യയുടെ ഏറ്റവും ശക്തനായ വക്താവായ നെഹ്റുവായിരുന്നുവെന്നതിൽ അത്ഭുതപ്പെടേണ്ടതില്ല. സവർക്കറും ആർ എസ് എസും അനുകൂലിക്കുന്ന ഭ്രാന്തമായ വിധം അസഹിഷ്ണുതയോടുകൂടിയ ഫാസിസ്റ്റ് സ്വഭാവമുള്ള 'ഹിന്ദുത്വരാഷ്ട്രം' എന്ന നിലയിലുള്ള ഇന്ത്യയെ സംബന്ധിച്ച കാഴ്ചപ്പാടിന് നേരെ വിപരീതമാണ് ഇന്ത്യൻ ഭരണഘടനയുടെ കാഴ്ചപ്പാട്. ആർ എസ് എസിന്റെ രാഷ്ട്രീയ ആയുധമെന്ന നിലയിൽ ബി ജെ പി ഈ ഫാസിസ്റ്റ് പ്രവണതയുള്ള ഹിന്ദുത്വരാഷ്ട്രം യാഥാർത്ഥ്യമാക്കുന്നതിലേക്ക് ഇന്ന് വേവലാതിയോടെ അടുത്തുകൊണ്ടിരിക്കുകയാണ്.

ഇന്ത്യയുടെ ഭരണഘടനയെ കടന്നാക്രമിക്കൽ

ഭരണഘടനയാൽ സ്ഥാപിതമായ ഇന്ത്യൻ റിപ്പബ്ലിക്കിന്റെ മതനിരപേക്ഷ ജനാധിപത്യ സ്വഭാവത്തിന്റെ തുടർച്ചയായി വരുന്ന ഫാസിസ്റ്റ് സ്വഭാവമുള്ള പ്രോജക്ടിനെ കടന്നാക്രമിക്കേണ്ടതും തകർക്കേണ്ടതും ക്രമേണ ഇല്ലാതാക്കേണ്ടതും അനിവാര്യമാണ്-സി പി ഐ (എം) ന്റെ 23-ാം പാർട്ടികോൺഗ്രസ് വ്യക്തമാക്കിയതുപോലെ, പ്രത്യേകിച്ചും 2019 ൽ മോദി ഗവൺമെന്റ് വീണ്ടും ഭരണത്തിലെത്തിയതിനെ തുടർന്ന് നമ്മുടെ

ഭരണഘടനയുടെ നാല് അടിസ്ഥാന സ്തംഭങ്ങൾ-മതനിരപേക്ഷജനാധിപത്യം, ഫെഡറലിസം, സാമൂഹിക നീതി, സാമ്പത്തിക പരമാധികാരം-രൂക്ഷമായ കടന്നാക്രമണം നേരിടുകയാണ്.

ഭരണഘടനയ്ക്കുനേരെയുള്ള ഈ കടന്നാക്രമണത്തെ തുടർന്ന്, ഭരണഘടനയുടെ നടപ്പാക്കലിനെ പരിരക്ഷിക്കാനും ജനങ്ങൾക്ക് ഭരണഘടന നല്കുന്ന നിയമപരമായ ഉറപ്പുകൾ നടപ്പാക്കുന്നുണ്ട് എന്ന് ഉറപ്പുവരുത്താനുമുള്ള പരിശോധനാ സംവിധാനത്തിന്റെ ഉപകരണങ്ങളെന്ന നിലയിൽ പ്രവർത്തിക്കാൻ രൂപപ്പെടുത്തപ്പെട്ടിട്ടുള്ള സ്വതന്ത്ര ഭരണഘടനാ സ്ഥാപനങ്ങളെയും അധികാരികളെയുമെല്ലാം ഫലപ്രദമല്ലാതാക്കുകയും തകർക്കുകയും ചെയ്യുന്നതാണ് നാം കാണുന്നത്.

ഇവയിൽ പരമപ്രധാനമായ പാർലമെന്റ് തന്നെ അസഹ്യമായ വിധം തകർക്കപ്പെട്ടുകൊണ്ടിരിക്കുകയാണ്; വ്യവസ്ഥാപിതമായ എല്ലാ നടപടിക്രമങ്ങളും കമ്മിറ്റികളുടെയെല്ലാം പ്രവർത്തനത്തിനുള്ള രീതികളും പര്യാലോചനകളുമെല്ലാം തന്നെ ഉപേക്ഷിക്കപ്പെടുകയാണ്. ഏതെങ്കിലും വിധത്തിലുള്ള ചർച്ചയോ പരിഗണനയോ കൂടാതെ മൃഗീയ ഭൂരിപക്ഷമുപയോഗിച്ച് നിയമങ്ങൾ നിർമ്മിക്കപ്പെടുകയാണ്. ഇപ്പോഴത്തെ പാർലമെന്റ് സമ്മേളനത്തിൽ അഭൂതപൂർവ്വമായവിധം 27 എം പിമാരാണ് സസ്പെന്റ് ചെയ്യപ്പെട്ടിട്ടുള്ളത്; കുതിച്ചുയരുന്ന വിലക്കയറ്റവും പെരുകിവരുന്ന തൊഴിലില്ലായ്മയും പോലെയുള്ള ജനങ്ങളുടെ നീറുന്ന പ്രശ്നങ്ങളിന്മേൽ ഗുരുതരമായ ചർച്ച ആവശ്യപ്പെട്ട 'കുറ്റ'ത്തിനാണ് അവർ സസ്പെൻഡ് ചെയ്യപ്പെട്ടത്.

എം പിമാർ ജനങ്ങളോട് കണക്കുപറയാൻ ബാദ്ധ്യസ്ഥരായിരിക്കുകയും ഗവൺമെന്റ് പാർലമെന്റിനോട് കണക്കുപറയാൻ ബാദ്ധ്യസ്ഥമായിരിക്കുകയും ചെയ്യുന്നവിധം നടപ്പാക്കപ്പെടുന്നതാണ്. ഇന്ത്യൻ ഭരണഘടനയുടെ കേന്ദ്രസ്ഥാനം-ജനങ്ങൾക്ക് പരമാധികാരം എന്ന അർത്ഥത്തിൽ നോക്കുമ്പോൾ പ്രവർത്തനക്ഷമമല്ലാത്ത പാർലമെന്റ് അപകടകരമാണ്. ഇങ്ങനെയാണ്. 'നമ്മൾ ജനങ്ങൾ' നമ്മുടെ പരമാധികാരം പ്രയോഗിക്കുന്നത്. പാർലമെന്റിനെ ദുർബ്ബലപ്പെടുത്തുകയെന്നതിനർത്ഥം ജനങ്ങളുടെ പരമാധികാരം ഇല്ലാതാക്കുകയെന്നതാണ്; കണക്കുപറയാനും മറുപടി പറയാനുമുള്ള ഉത്തരവാദിത്വത്തിൽ നിന്നു ഒളിച്ചോടുന്ന ഗവണ്മെന്റ് ഫാസിസ്റ്റ് സ്വഭാവമുള്ള രീതികൾ പ്രയോഗിക്കുന്ന സ്വേച്ഛാധിപത്യ സർവ്വാധിപത്യത്തിലേക്ക് ഭീഷണമായവിധം നീങ്ങിക്കൊണ്ടിരിക്കുകയാണ്.

മൂന്നു വർഷത്തോളമായിരിക്കുന്നു ആർട്ടിക്കിൾ 370 ഉം 35എയും റദ്ദ് ചെയ്തത്, സി എ എ രാഷ്ട്രീയ അഴിമതിക്ക് നിയമസാധുത നല്കുന്ന ഇലക്ട്രറൽ ബോണ്ടുകൾ തുടങ്ങിയവ നമ്മുടെ ഭരണഘടനയുടെ ലംഘനമാണെന്ന നിലയിൽ അവയെ ചോദ്യം ചെയ്തുകൊണ്ടുള്ള ഹർജികൾ സുപ്രീംകോടതി പരിഗണിക്കപ്പെടാതെ കിടക്കുന്നത്. ജുഡീഷ്യറിയുടെ നിഷ്പക്ഷതയും സ്വാതന്ത്ര്യവും ധാരുണമായവിധം അടിയറവെ

ക്കപ്പെട്ടിരിക്കുമ്പോൾ ഭരണഘടനാവ്യവസ്ഥകൾ നടപ്പിലാക്കപ്പെടുന്നുവെന്നതിനും ജനാധിപത്യാവകാശങ്ങളും പൗരസ്വാതന്ത്ര്യങ്ങളും ഉറപ്പാക്കുന്നുവെന്നതിനുമുള്ള ജുഡീഷ്യൽ മേൽനോട്ടം തന്നെ നിലവിലില്ലാതായിക്കഴിഞ്ഞിരിക്കുന്നു.

അതേപോലെതന്നെ തിരഞ്ഞെടുപ്പുകമ്മീഷന്റെ സ്വാതന്ത്ര്യവും നിഷ്പക്ഷതയുമാണ്, ആരോഗ്യകരമായ ജനാധിപത്യത്തിൽ തികച്ചും അനുപേക്ഷണീയമായ സമതുലിതാവസ്ഥയിൽ സ്വാതന്ത്ര്യവും നീതിപൂർണ്ണവുമായ തിരഞ്ഞെടുപ്പു ഉറപ്പുവരുത്തുന്നതിനുള്ള ആണിക്കല്ല്. ഇത് അടിയറ വെക്കപ്പെടുമ്പോൾ ജനങ്ങളുടെ ജനാധിപത്യപരമായ അഭിപ്രായങ്ങളും ജനഹിതവും പ്രതിഫലിപ്പിക്കുന്നതല്ലാതായി ഗവൺമെന്റുകൾ മാറുകയാണ്.

മോദി ഗവൺമെന്റിന്റെ രാഷ്ട്രീയ അജണ്ട നടപ്പാക്കുന്നതിനുള്ള ഉപകരണങ്ങളായി സി ബി ഐയെയും ഇ ഡിയെയും പോലെയുള്ള കേന്ദ്ര ഏജൻസികൾ മാറിക്കഴിഞ്ഞ രീതിക്കാണ് രാജ്യമാകെ ഇന്ന് സാക്ഷ്യം വഹിക്കുന്നത്. പ്രതിപക്ഷ നേതാക്കളെ ടാർജെറ്റ് ചെയ്യൽ, ജനാധിപത്യപരമായി തിരഞ്ഞെടുക്കപ്പെടുന്ന ഗവൺമെന്റുകളെ അസ്ഥിരീകരിക്കൽ, തിരഞ്ഞെടുപ്പിൽ പരാജയപ്പെട്ടാലും ബി ജെ പിക്ക് ഗവൺമെന്റ് രൂപീകരിക്കാൻ കഴിയുമെന്ന് ഉറപ്പാക്കുന്നതിന് കൂറുമാറ്റത്തിന് നിർബ്ബന്ധിക്കൽ എന്നിവയെല്ലാം ജനാധിപത്യത്തെ പ്രഹസനമാക്കുന്നതും അതിനെ നശിപ്പിക്കുന്നതുമാണ്.

ഭ്രാന്തമായ വർഗ്ഗീയ ധ്രുവീകരണം

നമ്മുടെ ഭരണഘടനാ സംവിധാനത്തെയാകെ ഇത്തരത്തിൽ തകർക്കുന്നതിനൊപ്പം ഇന്ത്യൻ റിപ്പബ്ലിക്കിന്റെ മതനിരപേക്ഷ ജനാധിപത്യ സ്വഭാവത്തെ തകർക്കുന്നതിന് വിഷലിപ്തമായ വിദ്വേഷവും ഭീകരതയും പ്രചരിപ്പിച്ചുകൊണ്ട് വർഗ്ഗീയ ധ്രുവീകരണം നടപ്പാക്കാനുള്ള ക്രൂരമായ പ്രചാരണവും നടത്തുകയാണ്. വൻതോതിൽ 'ബുൾഡോസർ രാഷ്ട്രീയം' നടപ്പാക്കുന്നത്, വിവിധ സംസ്ഥാനങ്ങളിൽ ആക്രമണത്തിനിടയാക്കുന്നവിധം ന്യൂനപക്ഷ സമുദായത്തെ ടാർജെറ്റ് ചെയ്യൽ; പുതിയ പാർലമെന്റ് മന്ദിരത്തിന്റെ മുകളിൽ ദേശീയ ചിഹ്നം (National Emblem) അനാവരണം ചെയ്യവെ ഹിന്ദുമതാചാരമനുസരിച്ചുള്ള ചടങ്ങുകൾ നടത്തിയത് എന്നിവയെല്ലാം ഇന്ത്യൻ ഭരണകൂടവും ഗവൺമെന്റും ഇന്ത്യയുടെ ഭരണഘടനയോടല്ല, ഹിന്ദുത്വത്തോടാണ് താദാത്മ്യം പ്രാപിക്കുന്നത് എന്ന് വ്യക്തമാക്കുന്നതാണ്.

സ്വേച്ഛാധിപത്യപരമായ കടന്നാക്രമങ്ങൾ

ഇത്തരത്തിൽ വർഗ്ഗീയ ധ്രുവീകരണത്തിന്റെ അപകടകരമായ വളർച്ചയെത്തുടർന്ന്, അതിനു പിന്നാലെ ജനങ്ങളുടെ ജനാധിപത്യാവ

കാശങ്ങളും പൗരസ്വാതന്ത്ര്യങ്ങളും അഭൂതപൂർവ്വമായ കടന്നാക്രമണം നേരിടുകയുമാണ്. ടീസ്റ്റാസെതൽവാദിനെ അറസ്റ്റുചെയ്യുകയും കരുതൽ തടങ്കലിലാക്കുകയും ചെയ്ത രീതി, ഭീമ കൊറേഗാവ് കരുതൽ തടവുകാരെ ജയിലിൽ അടയ്ക്കുന്നത് തുടരുന്നതിനൊപ്പം നിരവധി ജേണലിസ്റ്റുകളെയും മറ്റുള്ളവരെയും കിരാത നിയമങ്ങൾ പ്രകാരം കസ്റ്റഡിയിലെടുത്ത് ജയിലിലടയ്ക്കുകയും ചെയ്തതുമെല്ലാം ഇതാണ് വ്യക്തമാക്കുന്നത്. ഭിന്നാഭിപ്രായം പ്രകടിപ്പിക്കുന്നവരെയെല്ലാം 'ദേശവിരുദ്ധരാ'യി കണക്കാക്കി ഭരണകൂട നിരീക്ഷണത്തിൽ സംശയത്തിന്റെ നിഴലിൽ നിർത്തുകയാണ്.

യുക്തിചിന്തയെയും വിവേചനബുദ്ധിയെയും ആക്രമിക്കൽ

ഹിന്ദുത്വാഖ്യാനത്തെ വിജയിപ്പിക്കണമെന്നുണ്ടെങ്കിൽ ഈ ഫാസിസ്റ്റിക് പ്രോജക്ടിന്റെ പ്രത്യയശാസ്ത്രപരമായ ഉള്ളടക്കത്തെ ശക്തിപ്പെടുത്തുന്നവിധം ക്രോഡീകരിക്കുന്നതിനായി ഇന്ത്യാചരിത്രത്തെ പൊളിച്ചെഴുതുന്നത് അനുപേക്ഷണീയമാക്കിയിരിക്കുന്നു. ആയതിനാൽ വിദ്യാഭ്യാസ സമ്പ്രദായം തന്നെ പൊളിച്ചെഴുതപ്പെടുകയാണ്; ചിന്തയിലും പ്രവൃത്തിയിലും യുക്തിക്കുപകരം യുക്തിരാഹിത്യത്തെ പ്രോത്സാഹിപ്പിക്കുകയാണ്; ശാസ്ത്രബോധത്തെ നിഷേധിച്ചുകൊണ്ട് അന്ധവിശ്വാസത്തെയും വിജ്ഞാനവിരോധത്തെയും കെട്ടുകഥകളെയും പ്രോത്സാഹിപ്പിക്കുകയാണ്; നാനാദർശനങ്ങളിലൂടെയുള്ള ഇന്ത്യൻ സംസ്കാരത്തിന്റെ ഉരുവംകൊള്ളലിന്റെ സ്ഥാനത്ത് പകരം ഏകസംസ്കാരാഖ്യാനത്തെ അടിച്ചേല്പിക്കുകയാണ്. ചരിത്രത്തിന്റെ സ്ഥാനത്ത് ഹിന്ദുമിത്തോളജിയും തത്ത്വശാസ്ത്രത്തിന്റെ സ്ഥാനത്ത് ഹിന്ദു മതതത്ത്വത്തെയും പ്രതീക്ഷിച്ചുകൊണ്ട് ഇന്ത്യയുടെ സമ്പന്നമായ വൈവിദ്ധ്യത്തെയും ബഹുസ്വരതയെയും നശിപ്പിക്കുകയാണിത്.

ശക്തമായ ജനകീയ ചെറുത്തുനില്പ് ഉയരണം

നിത്യവും നമ്മുടെ ജനങ്ങളുടെ ഉപജീവനമാർഗ്ഗങ്ങൾക്കു നേരെ നടക്കുന്ന കടന്നാക്രമണങ്ങൾമൂലം സംജാതമാക്കപ്പെടുന്ന ദുസ്സഹമായ ജീവിത സാഹചര്യങ്ങളെ മറച്ചുപിടിച്ച് പിന്നണിയിലേക്ക് തള്ളി നീക്കാനാണ് ജനങ്ങൾക്കിടയിൽ എല്ലാത്തിനുമുപരിയായി ഹിന്ദുത്വ സ്വത്വത്തെ ഇത്തരത്തിൽ ഉയർത്തിപ്പിടിക്കുന്നതിലൂടെ ഉപയോഗപ്പെടുത്തുന്നത്. ഇന്ത്യയുടെ മതനിരപേക്ഷ ജനാധിപത്യ ഭരണഘടനയുടെ സംരക്ഷണത്തിനും ശക്തിപ്പെടുത്തലിനും വൻതോതിലുള്ള ജനകീയ ചെറുത്തുനില്പ് സംഘടിപ്പിക്കണം; വിലക്കയറ്റം, തൊഴിലില്ലായ്മ, പട്ടിണി, പോഷകദാരിദ്ര്യം തുടങ്ങിയവപോലെയുള്ള ജനങ്ങളുടെ ദൈനംദിന വിഷയങ്ങളിന്മേലും ജനാധിപത്യം ജനാധിപത്യാവകാശങ്ങൾ, പൗരസ്വാതന്ത്ര്യം, മതനിരപേക്ഷത എന്നിവയുടെ സംരക്ഷണത്തിനും അതിതീക്ഷ്ണമായ സമരങ്ങൾ സംഘടിപ്പിക്കണം.

കരുത്തുറ്റ ജനകീയ സമരങ്ങൾ വർദ്ധിപ്പിക്കുന്നതിലൂടെ സി പി ഐ (എം) ന്റെ തനത് ശക്തികൂട്ടുക; ഇടതുപക്ഷശക്തികളുടെ ഐക്യം സുദൃഢമാക്കുക; ഇടതുപക്ഷ ജനാധിപത്യശക്തികളെ അണിനിരത്തുക; ഹിന്ദുത്വവർഗ്ഗീയതക്കെതിരെ മതനിരപേക്ഷ ശക്തികളെ വിപുലമായി കൂട്ടിയോജിപ്പിക്കുക എന്നീ കടമകളാണ് ഇന്ത്യൻ സ്വാതന്ത്ര്യത്തിന്റെ 75-ാമത് വാർഷികാചരണവേളയിൽ നാം ഏറ്റെടുക്കേണ്ടത്. നമ്മുടെ ഭരണഘടനാപരമായ മതനിരപേക്ഷ ജനാധിപത്യ റിപ്പബ്ലിക്കിനെ സംക്ഷിക്കാനായിരിക്കണം. ഈ അവസരത്തിൽ നാം ശ്രമിക്കേണ്ടത്. ഈ ലക്ഷ്യം സാക്ഷാൽക്കരിക്കലാകണം ദേശസ്നേഹത്തിലൂടെ പ്രകടമാക്കേണ്ടത്; ബ്രിട്ടീഷ് വാഴ്ചയിൽനിന്നുള്ള നമ്മുടെ സ്വാതന്ത്ര്യത്തിന്റെ 75-ാം വാർഷികം ആചരിക്കുന്ന ആഗസ്ത് 15 ന് എല്ലാ പാർട്ടി ഓഫീസുകളിലും ദേശീയ പതാക ഉയർത്തുകയും നമ്മുടെ ഭരണഘടനയുടെ ആമുഖം പ്രതിജ്ഞയായി ചൊല്ലുകയും ചെയ്യണം.

നമ്മുടെ മതനിരപേക്ഷ ജനാധിപത്യ റിപ്പബ്ലിക്കിനെ നശിപ്പിച്ചുകൊണ്ട് ഫാസിസ്റ്റ് സ്വഭാവമുള്ള ഹിന്ദുത്വ രാഷ്ട്രീയത്തെ അടിച്ചേല്പിക്കാനുള്ള ഭ്രാന്തമായ നീക്കത്തിൽനിന്നും സ്വാതന്ത്ര്യം നേടുന്നതിനായി ഇപ്പോൾ നമുക്ക് ഒത്തൊരുമിച്ച് സമരം ശക്തിപ്പെടുത്താം.

സ്വാതന്ത്ര്യാനന്തര ഇന്ത്യൻ സമ്പദ്ഘടന

പ്രഭാത് പട്നായക്

ഇന്ത്യയിലെ കൊളോണിയലനന്തര ഭരണകൂടത്തിനുമുന്നിൽ രണ്ടു പ്രാഥമിക കടമകളാണുണ്ടായിരുന്നത്. അതിൽ ഒന്നാമത്തേത്, മെട്രോ പൊളിറ്റൻ മൂലധനത്തിന്റെ (അതായത് വികസിത മുതലാളിത്ത രാജ്യങ്ങളിൽനിന്നുള്ള മൂലധനം) അധീശാധിപത്യത്തെ മറികടക്കുക, അങ്ങനെ സാമ്രാജ്യത്വത്തിൽനിന്നു മാറി ആപേക്ഷികമായ സ്വയംഭരണത്തിൽ നിന്നുകൊണ്ടുള്ള വികസന തന്ത്രം നടപ്പാക്കുക എന്നതായിരുന്നു. രണ്ടാമത്തേത്, ഭൂപ്രഭുത്വത്തെ കടന്നാക്രമിക്കുക എന്നതായിരുന്നു; കർഷക ജനവിഭാഗത്തെ ഭൂപ്രഭുത്വത്തിന്റെ പിടിയിൽനിന്നും മോചിപ്പിക്കുന്നതിനും, വളർന്നുവരുന്ന സ്വദേശ കമ്പോളത്തെ അടിസ്ഥാനപ്പെടുത്തിക്കൊണ്ടുള്ള അതിവേഗ വ്യവസായവല്ക്കരണം സാദ്ധ്യമാക്കുന്നതിന് കാർഷികോല്പാദനം വർദ്ധിപ്പിക്കുന്നതിനും വേണ്ടി ഭൂപ്രഭുത്വത്തെ കടന്നാക്രമിക്കുക എന്നതായിരുന്നു. ഈ രണ്ടു കടമകളും പരസ്പരബന്ധിതമാണ്: ഭൂപ്രഭുത്വത്തെ കടന്നാക്രമിക്കുകവഴി കാർഷിക വളർച്ച ഗണ്യമായി ഉയർത്തിയില്ലായെങ്കിൽ ആപേക്ഷിക സ്വയംഭരണത്തെ അടിസ്ഥാനപ്പെടുത്തിയുള്ള വികസനതന്ത്രവുമായി ബന്ധപ്പെട്ടുകിടക്കുന്ന, ധനപ്പെരുപ്പത്തിന്റെയും അടവുശിഷ്ടത്തിന്റേതുമായ സമ്മർദ്ദങ്ങൾ മൊത്തത്തിലുള്ള വളർച്ചയെ പരിമിതപ്പെടുത്തും; അത് അന്തിമമായി സാമ്രാജ്യത്വത്തിനു മുന്നിൽ കീഴടങ്ങാൻ നിർബ്ബന്ധിതമാക്കുന്ന സാമൂഹിക വൈരുദ്ധ്യങ്ങൾ സൃഷ്ടിക്കും.

എന്തുതന്നെയായാലും ഭൂപ്രഭുത്വത്തിനുനേരെയുള്ള ആക്രമണം പരിമിതമാക്കപ്പെട്ടു. അസന്നിഹിത ഭൂപ്രഭുക്കളെ (Absentee landlords -

ആദായം ലഭിക്കുന്ന സ്ഥലത്തോ അതിനടുത്തോ താമസിക്കാത്ത ജന്മി) തുരത്തുന്നതിൽ മാത്രമായി ഒതുങ്ങി; അത് ബാക്കിയുള്ള ഭൂപ്രഭുക്കളെ അവർ ഖുദ്ഖാഷ്ദ് (Khudkasht, ഒരാൾ സ്വയം കൃഷി ചെയ്യുകയോ വീട്ടു ജോലിക്കാരെ വെച്ചുചെയ്യിക്കുകയോ അതുമല്ലെങ്കിൽ കൂലിക്കാളെ വെച്ചു ചെയ്യിക്കുകയോ ചെയ്യുന്ന അയാൾക്ക് കല്പിച്ചുനല്കപ്പെട്ടിട്ടുള്ള ഭൂമി) എന്ന നിലയിൽ കൈവശം വെച്ചിരുന്ന ഭൂമിയുടെ കാർഷിക മുതലാളി മാരാക്കി മാറ്റി; ഒപ്പം തന്നെ ഭൂപ്രഭുക്കളിൽനിന്നും പിടിച്ചെടുത്ത ഭൂമി യുടെ ഉടമസ്ഥാവകാശം കുടികിടപ്പുകാരിലെ ഉയർന്ന തലത്തിലുള്ള വർക്ക് നല്കപ്പെടുകയും ചെയ്തു. ഉടമസ്ഥതയിലുള്ള ഭൂമിയുടെ അനു പാതത്തിന്റെ കാര്യത്തിൽ ഭൂമിയുടെ സാന്ദ്രീകരണം നോക്കിയാൽ മുകൾത്തട്ടിലുള്ള 15 ശതമാനം ഭൂവുടമകളുടെ ഘടനയിൽ മാറ്റമുണ്ടായി; അങ്ങനെ ഗ്രാമപ്രദേശങ്ങളിൽ മുതലാളിത്ത കൃഷി നടത്താനുള്ള മണ്ണൊ രുക്കപ്പെട്ടു. അതേസമയംതന്നെ ജലസേചനത്തിലും മെച്ചപ്പെട്ട കൃഷി രീതി വികസിപ്പിക്കുന്നതിലും വ്യാപന പ്രവർത്തനങ്ങളിലുമെല്ലാമുള്ള സർക്കാരിന്റെ നിക്ഷേപം ഉയർത്തുകയുമുണ്ടായി.

മെട്രോപൊളിറ്റൻ മൂലധനത്തിന്റെ അധീശാധിപത്യത്തെ മറികടക്കു ന്നതിനുമുപയോഗിച്ച പ്രധാന ഉപകരണങ്ങൾ ഇവയാണ്; ആഭ്യന്തര സമ്പ ദ്ഘടനയുടെ പരക്കെയുള്ള സംരക്ഷണം; വ്യാപാരത്തിനുമേൽ, പ്രത്യേ കിച്ചും കാർഷികോല്പന്നങ്ങളുടെ വ്യാപാരത്തിനുമേലുള്ള നിയന്ത്രണം; അഗ്രിബിസിനസിനെ മൊത്തമായി അകറ്റിനിർത്തൽ (ഒപ്പംതന്നെ കർഷക ജനസാമാന്യവുമായി എന്തെങ്കിലും തരത്തിൽ നേരിട്ടുള്ള ബന്ധ വുമുണ്ടാവുന്നതിൽനിന്നും ഇന്ത്യൻ ബിസിനസ് ഹൗസുകളെ തടയു കയും ചെയ്തു); അതിർത്തി കടന്നുള്ള മൂലധനത്തിന്റെ ഒഴുക്ക് കർക്ക ശമായി നിയന്ത്രിത സുപ്രധാന മേഖലകളിലെ മുഖ്യമായും ധനകാര്യ മേഖലയിലെ ദേശസാല്ക്കരണം (ബാങ്കുകളുടെ കാതലായ ദേശസാ ല്ക്കരണം വന്നത് പിന്നീടാണെങ്കിലും); ഇത്തരം അധീശാധിപത്യത്തി നെതിരായ ഒരു നെടുങ്കോട്ടയെന്ന നിലയിൽ പൊതുമേഖലയുടെ വിക സനം നടപ്പാക്കൽ. ഈ തന്ത്രത്തിന്റെ ഒഴിവാക്കാനാവാത്ത വ്യവസ്ഥ യായ ആപേക്ഷിക സ്വേച്ഛാമുതലാളിത്തത്തിന്റെ (Autonomous capital-ism) വികാസത്തെ നിക്ഷേപത്തിന്റെയും വിദേശ മൂലധനവുമായുള്ള സഹകരണ കരാറുകളുമടങ്ങിയ വിദേശ വിനിമയ ലൈസൻസിങ്ങി ന്റെയും നയത്തിന്റേതായ സ്ഥാപനത്തിനു കീഴിൽ നിയന്ത്രിച്ചും നിർത്താൻ ശ്രമിച്ചു.

സാമ്പത്തിക സാമൂഹിക കാര്യങ്ങളിൽ ഭരണകൂടം മാർഗ്ഗദർശക ത്വവും നിയന്ത്രണവും വഹിക്കുന്ന നയത്തിന്റേതായ ഈ കാലഘട്ടം (dirigiste period), കൊളോണിയൽ യുഗത്തിന്റെ നിരാശാജനകമായ അവ

സ്ഥയിൽനിന്നും കാതലായൊരു വ്യത്യാസം സൃഷ്ടിച്ചു. ആകെയുള്ള മൊത്തം ആഭ്യന്തര ഉല്പാദനത്തിന്റെയും (Overall GDP) കാർഷിക മേഖലയുടെയും വളർച്ചാനിരക്ക് വളരെയധികം ത്വരിതഗതിയിലായി. പ്രതിശീർഷ ഭക്ഷ്യധാന്യലഭ്യതയിൽ ശ്രദ്ധേയമായൊരു മാറ്റംതന്നെയുണ്ടായി: ഇരുപതാം നൂറ്റാണ്ടിന്റെ തുടക്കത്തിൽ പ്രതിവർഷം ഏതാണ്ട് 200 കിലോ ഗ്രാം ഉണ്ടായിരുന്ന പ്രതിശീർഷ ഭക്ഷ്യധാന്യ ലഭ്യത ബ്രിട്ടീഷ് ഇന്ത്യയിൽ 1946-47 ഓടുകൂടി 136.8 കിലോഗ്രാം എന്ന അങ്ങേയറ്റം വഷളായ സ്ഥിതിയിലേക്ക് കൂപ്പുകുത്തി; ഗുരുതരമായ ഈ തകർച്ചയെ മറികടക്കുകയും; 1980 കളുടെ അവസാനത്തോടുകൂടി പ്രതിശീർഷ ഭക്ഷ്യധാന്യ ലഭ്യത 180 കിലോഗ്രാമിനോടടുത്ത് എത്തുകയും ചെയ്തു.

കൊളോണിയൽ കാലഘട്ടത്തെ അപേക്ഷിച്ച് ദ്രുതഗതിയിലുള്ളതായിരുന്നുവെങ്കിലും മാറ്റത്തിന്റേതായ ഈ കാൽവെയ്പിന് ജനങ്ങളുടെ അഭിലാഷങ്ങളെ തൃപ്തിപ്പെടുത്താനായില്ല. 1973-74 ൽ പോലും, പ്രതിശീർഷ ഭക്ഷ്യധാന്യ ലഭ്യതയിലെ വർദ്ധനവിനും അതുമായി ബന്ധപ്പെട്ടു പോഷകാഹാരമാനദണ്ഡത്തിലൂടെ നിർവ്വചിച്ചിട്ടുള്ള ദാരിദ്ര്യത്തിലെ ഇടിവിനുമപ്പുറം, ഗ്രാമീണ ജനസംഖ്യയിലെ 56 ശതമാനത്തിന് പ്രതിദിനം ആളൊന്നുക്ക് 2200 കലോറി ലഭ്യമായിരുന്നില്ല; അതുപോലെ 60 ശതമാനം അർബൻ ജനസംഖ്യക്കും പ്രതിദിനം ആളൊന്നുക്ക് 2100 കലോറിയെന്നത് ലഭ്യമായില്ല. അതുപോലെതന്നെ, തൊഴിലവസരത്തിന്റെ തോതിലുണ്ടായ രണ്ടു ശതമാനം വാർഷിക വർദ്ധന, ജനസംഖ്യാ വളർച്ചയോട് സാമാന്യമായി യോജിക്കുന്നതായിരുന്നെങ്കിലും, അതിന് ചെറുപ്പക്കാരെ സവിശേഷമായി അന്യവല്ക്കരിക്കുന്ന തൊഴിലില്ലായ്മയുടെ കുമിഞ്ഞുകൂടുന്നതിലെ വളർച്ച എന്നുകൂടി അർത്ഥമുണ്ടായിരുന്നു. സ്വേച്ഛാമുതലാളിത്തം കെട്ടിപ്പടുക്കുകയെന്ന പ്രോജക്ടിനെ പിന്തുണച്ചിരുന്ന വൻകിട ബൂർഷ്വാസി സമ്പദ്ഘടനയുടെ വളർച്ചാനിരക്കിനെ ഒരിക്കലത് ഗണ്യമായ പരിധിയിലേക്ക് വളർന്നപ്പോൾ ശ്വാസം മുട്ടിക്കുന്ന ഒന്നായി കാണുകയും കൂടുതൽ അത്യാഗ്രഹികളായി മാറുകയും ചെയ്തു; ഭരണകൂടത്തിന്റെ വളർന്നുവരുന്ന ധനപ്രതിസന്ധിമൂലം ഈ വളർച്ചാനിരക്കുപോലും നിലനിർത്തിക്കൊണ്ടുപോകാൻ പ്രയാസമാവുകയും ചെയ്തു.

ഭരണക്രമത്തിൽ മാറ്റം കൊണ്ടുവരുന്നതിനു വേണ്ടിയുള്ള സമ്മർദ്ദം, അതായത് സാമ്പത്തിക സാമൂഹിക കാര്യങ്ങളിൽ ഭരണകൂടം മാർഗ്ഗദർശകത്വവും നിയന്ത്രണവും വഹിക്കുന്ന സമീപനത്തിൽനിന്നും (dirigisme) നവലിബറലിസത്തിലേക്ക് മാറുന്നതിനുവേണ്ടിയുള്ള സമ്മർദ്ദം വൻകിട ബൂർഷ്വാസിയിൽ നിന്നുണ്ടായി. എഴുപതുകളിലെ എണ്ണവില ആഘാതങ്ങൾക്കുശേഷം അധീശാധിപത്യത്തിന്റേതായ ഘട

കമായി ഉയർന്നുവന്ന അന്താരാഷ്ട്ര ധനമൂലധനത്തോട് സമന്വയിക്കുന്നതുവഴി, പുതിയ സാഹചര്യത്തിൽ കൂടുതൽ വലിയ അവസരങ്ങൾ ഉണ്ടാകുമെന്ന് വൻകിട ബൂർഷ്വാസി കണ്ടു. മദ്ധ്യവർഗ്ഗം അതിനെ പിന്തുണച്ചു: നവലിബറലിസം വാഗ്ദാനം ചെയ്തതുപോലെ, മെട്രോപ്പൊളിറ്റൻ സമ്പദ്ഘടനകളിൽനിന്നും ഇന്ത്യയിലേക്ക് പ്രവർത്തനങ്ങൾ പുറംപണി കരാറുചെയ്യപ്പെട്ടാൽ അത് കൂടുതൽ തൊഴിലവസരങ്ങൾ ഉണ്ടാക്കുമെന്ന സാദ്ധ്യതയാൽ അവർ പ്രലോഭിതരാക്കപ്പെട്ടു. നിലനിന്ന ഭരണക്രമത്തെ (dirigisme regime) സംരക്ഷിക്കുന്നതിനുവേണ്ടി നിലകൊള്ളാമെന്നു കരുതിയ അദ്ധ്വാനിക്കുന്ന ജനങ്ങൾ അത് ചെയ്തില്ല; കാരണം ആ ഭരണക്രമം അവരുടെ പ്രതീക്ഷകളെ നിരാശപ്പെടുത്തിയിരുന്നു. അതുകൊണ്ടുതന്നെ 1985 ൽ തുടങ്ങി, സവിശേഷമായി പറഞ്ഞാൽ 1991 നു ശേഷം ഇന്ത്യ നവലിബറൽ വാഴ്ചയിലേക്ക് നീങ്ങി; എല്ലാത്തിലുമുപരി ധനമടക്കമുള്ള മൂലധനത്തിന്റെയും സാധനസേവനങ്ങളുടെയും അതിർത്തി കടന്നുള്ള സ്വതന്ത്രമായ ഒഴുക്കിനെയാണ് നവലിബറൽ വാഴ്ച അർത്ഥമാക്കുന്നത്; ലൈസൻസിങ്ങിന്റെ അന്ത്യത്തെയും അതർത്ഥമാക്കുന്നു.

ഇത് കേവലം സാമ്പത്തിക വാഴ്ചയുടെ മാറ്റമല്ല. അത് ഇന്ത്യൻ സമ്പദ്ഘടനയ്ക്കുമേൽ മെട്രോ പൊളിറ്റൻ മൂലധനത്തിന്റെ അധീശാധിപത്യത്തെ പുനഃസ്ഥാപിച്ചു; വൻതോതിൽ മാറ്റപ്പെട്ട പശ്ചാത്തലത്തിലായിരുന്നെങ്കിലും, വൻകിട ബൂർഷ്വാസി അതിനോട് സമന്വയിക്കപ്പെടുകയും, ഉയർന്ന മദ്ധ്യവർഗ്ഗ വിഭാഗങ്ങൾ അതിനു വഴങ്ങിക്കൊടുക്കുകയും ചെയ്തു. സ്വാതന്ത്ര്യപൂർവ്വ കാലഘട്ടത്തിൽ സാമ്രാജ്യത്വത്തിനെതിരായി വിവിധ വർഗ്ഗങ്ങളെ യോജിപ്പിച്ചുനിർത്തിയ, ഇന്ത്യൻ സമൂഹവും സാമ്രാജ്യത്വവും തമ്മിലുള്ള ആ വൈരുദ്ധ്യത്തിന്റെ ശേഷിപ്പായിരുന്നു സ്വാതന്ത്ര്യാനന്തരം ഉടലെടുത്ത ഡിരിജിസ്തെ തന്ത്രത്തിൽ കണ്ടത്; ആ വൈരുദ്ധ്യം ഇപ്പോൾ രാഷ്ട്രത്തെത്തന്നെ വിഭജിച്ചിരിക്കുന്നു. ചുരുക്കത്തിൽ, ഈ വിഭജനരേഖ സാമ്രാജ്യത്വത്തിനും രാഷ്ട്രത്തിനുമിടയിലുള്ള അതിന്റെ സ്ഥാനത്തുനിന്നും രാഷ്ട്രത്തിനുള്ളിലേക്ക് മാറ്റപ്പെട്ടു; അന്താരാഷ്ട്ര ധനമൂലധനവും അതിനോട് സംയോജിക്കപ്പെട്ടിട്ടുള്ള തദ്ദേശീയ വൻകിട ബൂർഷ്വാസി ഒരുവശത്തും മറുവശത്ത് അദ്ധ്വാനിക്കുന്ന ജനങ്ങളും തമ്മിലുള്ള വിഭജനം.

ഇതിന്റെ അടിയന്തര പ്രതിഫലനം ഭരണകൂടവുമായി ബന്ധപ്പെട്ടതായിരുന്നു. പ്രത്യക്ഷത്തിൽത്തന്നെ വർഗ്ഗങ്ങൾക്കതീതമായി നിലകൊണ്ട ഒരു സംവിധാനമെന്നതിൽനിന്നും ഭരണകൂടം, വൻകിട ബിസിനസുകളുടെയും ഭൂപ്രഭുക്കളുടെയും വൻകിട ബിസിനസ് സമന്വയിക്കപ്പെട്ടിട്ടുള്ള അന്താരാഷ്ട്ര ധനമൂലധനത്തിന്റെയും താല്പര്യങ്ങളെ മാത്രം പരിഗണിക്കുന്നതായി മാറി. കർഷക കേന്ദ്രിത കൃഷി അടക്കമുള്ള ചെറു

കിട ഉല്പാദനത്തിൽനിന്നും ഭരണകൂട പിന്തുണ പിൻവലിച്ചതും അന്താരാഷ്ട്ര അഗ്രിബിസിനസിനും തദ്ദേശീയ വൻകിട ബൂർഷ്വാസിക്കും കൊള്ള നടത്തുന്നതിന് ഈ മേഖല തുറന്നുകൊടുത്തതും ഈ മാറ്റത്തിന്റെ പ്രകടനമാണ്. ഇത്തരത്തിൽ പിന്തുണ പിൻവലിച്ചത്, ഉദാഹരണത്തിന് നാണ്യവിളകളുടെ താങ്ങുവില പിൻവലിച്ചതും (ഭക്ഷ്യധാന്യങ്ങളുടെ താങ്ങുവില പിൻവലിക്കുന്നിനുള്ള ശ്രമം ഒരു വർഷത്തോളം നീണ്ട കർഷക സമരം വഴി പരാജയപ്പെടുത്തുകയുണ്ടായി), വായ്പയടക്കമുള്ള ഇൻപുട്ടുകളുടെ സബ്സിഡി പിൻവലിച്ചതും കർഷക കേന്ദ്രിത കൃഷിയുടെ ലാഭസാദ്ധ്യതയിൽ കടുത്ത തകർച്ചയുണ്ടാവുന്നതിലേക്കു നയിച്ചു. കർഷകകേന്ദ്രിത കൃഷിയിൽ തുടർച്ചയായുണ്ടായ പ്രതിസന്ധി വൻതോതിലുള്ള കർഷക ആത്മഹത്യയിലും അസ്ഥിരതൊഴിലുകൾ അന്വേഷിച്ചുകൊണ്ട് നഗരങ്ങളിലേക്കുള്ള കർഷകരുടെ കുടിയേറ്റത്തിലും കലാശിച്ചു; ഇത്തരത്തിലുള്ള കുടിയേറ്റം തൊഴിലാളികളുടെ കരുതൽ സേനയുടെ ആപേക്ഷികവലിപ്പം പെരുപ്പിക്കുക മാത്രമാണ് ചെയ്തത്.

ചുരുക്കത്തിൽ കപട വാഗ്ദാനങ്ങളോടു കൂടിയാണ് നവലിബറലിസം നടപ്പാക്കിയത്. സമ്പദ്ഘടനയുടെ ജി ഡി പി വളർച്ചാനിരക്ക് ഉയർന്നു എന്നതിൽ തർക്കമില്ല. എന്നാൽ മുൻകാലത്തേതുമായി താരതമ്യപ്പെടുത്തുമ്പോൾ തൊഴിലവസര വളർച്ചാനിരക്ക് നേർപകുതിയിലേക്ക് ഇടിഞ്ഞു; അത് പ്രതിവർഷം ഏതാണ്ട് ഒരു ശതമാനമായി കുറഞ്ഞു; തൊഴിൽ നഷ്ടമുണ്ടാക്കുന്ന ഉല്പാദനക്ഷമതാ വളർച്ചയിലെ ഉയർന്ന നിരക്കാണതിനു കാരണം. തൊഴിലാളിയുടെ ഉല്പാദനക്ഷമതയിലെ ഈ വർദ്ധനവിനു കാരണം, മുമ്പുണ്ടായിരുന്ന ഭരണകൂട സംരക്ഷണം നവലിബറലിസത്തിൽ പിൻവലിച്ചതുമൂലം കയറ്റുമതി ചെയ്യുന്നവർ മാത്രമല്ല, തദ്ദേശ കമ്പോളത്തിനുവേണ്ടി ഉല്പാദിപ്പിക്കുന്നവരടക്കമുള്ള ആഭ്യന്തര ഉല്പാദകരെ വിദേശമത്സരത്തിലേക്ക് തുറന്നുവിട്ടതാണ്. തൊഴിലാളികളുടെ കരുതൽ സേനയുടെ ആപേക്ഷിക വലിപ്പത്തിലെ വർദ്ധനവ് പ്രകടമാക്കിയത് അനിവാര്യമായും ഉയർന്ന തൊഴിലില്ലായ്മാ നിരക്കായല്ല, മറിച്ച് അധികമധികം ആളുകൾക്കിടയിൽ നിർദ്ദിഷ്ട എണ്ണം തൊഴിലുകൾ (ഓരോന്നിനും നിർദ്ദിഷ്ട കൂലിയും) വീതം വയ്ക്കുന്നതായാണ്. എന്തുതന്നെയായാലും ഈ വർദ്ധനവ് വിലപേശൽ കരുത്ത് കുറയ്ക്കുക വഴി സംഘടിത തൊഴിലാളികളുടെ പോലും കൂലി കുറഞ്ഞ നിലയിൽത്തന്നെ നിർത്തി.

കർഷകരെയും ചെറുകിട ഉല്പാദകരെയും ഞെക്കിപ്പിഴിഞ്ഞുകൊണ്ടും സംഘടിത തൊഴിലാളികളുടെപോലും വിലപേശൽ കരുത്ത് കുറച്ചുകൊണ്ടും നവലിബറൽ വാഴ്ച രാജ്യത്തെ അദ്ധ്വാനിക്കുന്ന ജനങ്ങളുടെ പ്രതിശീർഷ ശരാശരി യഥാർത്ഥ വരുമാനം കുറച്ചു; ജി ഡി പി

വളർച്ച എത്രകണ്ട് ഉയർന്നതായാലും ദാരിദ്ര്യത്തിന്റെ അനുപാതത്തിലെ വർദ്ധനവ് ഇതാണ് കാണിക്കുന്നത്. 1980 കളുടെ അവസാനംവരെ ഉയർന്നുനിന്ന പ്രതിശീർഷ ഭക്ഷ്യധാന്യ ലഭ്യത അതിനുശേഷം മികച്ച രീതിയിൽ സ്തംഭിച്ചു. ദേശീയ സാമ്പിൾ സർവ്വേയുടെ കണക്കുപ്രകാരം പ്രതിദിനം അളൊന്നുക്ക് 2200 കലോറി എന്നതിനു താഴെ നില്ക്കുന്ന ഗ്രാമീണ ജനസംഖ്യയുടെ അനുപാതം 1993-94 ൽ 58 ശതമാനമായിരുന്നു; 2011-12 ൽ അത് 68 ശതമാനമായി വർദ്ധിച്ചു. 2017-18 ൽ നടന്ന അടുത്ത ദേശീയ സാമ്പിൾ സർവ്വേയിലും ഇത്തരം നിരാശാജനകമായ കണ്ടെത്തലുകളാണുള്ളത് (പ്രത്യക്ഷത്തിൽ 2011-12 നും 2017-18 നുമിടയിൽ ഗ്രാമീണ ഇന്ത്യയിൽ പ്രതിശീർഷ യഥാർത്ഥ ചെലവ് 9 ശതമാനം കണ്ട് ഇടിഞ്ഞിട്ടുണ്ട്) അതുകൊണ്ടാണ് മോദി ഗവൺമെന്റ് ആ സർവ്വേ ഫലം മൂടിവെച്ചതും, പഴയ രൂപത്തിലുള്ള ദേശീയ സാമ്പിൾ സർവ്വേ തന്നെ (NSS) നിർത്തലാക്കാൻ തീരുമാനിച്ചതും! അർബൻ ഇന്ത്യയിൽ പ്രതിദിനം ആളൊന്നുക്ക് 2100 കലോറി എന്നതിനു താഴെ നില്ക്കുന്ന ജനങ്ങളുടെ അനുപാതം 1993-94 നും 2011-12 നുമിടയ്ക്ക് 57 ശതമാനത്തിൽനിന്നും 65 ശതമാനമായി വർദ്ധിച്ചു.

നവലിബറലിസത്തിന്റെ പ്രതാപകാലത്തുപോലും വർദ്ധിച്ചുകൊണ്ടിരുന്ന അദ്ധ്വാനിക്കുന്ന ജനങ്ങളുടെ ദുരിതം (സമ്പന്നൻ കൂടുതൽ സമ്പാദിക്കുമ്പോൾ അതിന്റെ ഗുണം സമൂഹത്തിലാകെ അരിച്ചരിച്ചിറങ്ങുമെന്ന 'Trickle Down' സിദ്ധാന്തത്തിന്റെ കാപട്യമാണ് ഇത് കാണിക്കുന്നത്), നവലിബറലിസം ഒരു പ്രതിസന്ധിയിലേക്ക് നീങ്ങിയപ്പോൾ കൂടുതൽ തീക്ഷ്ണമായി തെളിഞ്ഞുകണ്ടു. ഈ പ്രതിസന്ധി അത്ഭുതപ്പെടുത്തുന്ന ഒന്നല്ല. ഉല്പാദനത്തിലെ സാമ്പത്തിക മിച്ചത്തിന്റെ വിഹിതം വർദ്ധിപ്പിക്കുന്ന തൊഴിലാളികളുടെ ഉല്പാദകക്ഷമത വർദ്ധിക്കുമ്പോഴും, അദ്ധ്വാനിക്കുന്ന ജനങ്ങളുടെ പ്രതിശീർഷ യഥാർത്ഥ വരുമാനം ശരാശരിയിലേക്ക് കൂപ്പുകുത്തുന്ന നവലിബറലിസത്തിലെ പ്രവണതയെപ്പറ്റി നമ്മൾ മുൻപ് പറഞ്ഞു (വാസ്തവത്തിൽ ഇതൊരു ലോകവ്യാപക സംഭവവികാസമാണ്). നവലിബറലിസത്തിന്റെ കാലത്ത് ഇന്ത്യയിലും മറ്റെല്ലായിടത്തും വരുമാന അസമത്വത്തിൽ കടുത്ത വർദ്ധനവുണ്ടാകുന്നതിനു പിന്നിലെ കാരണം ഇതാണ്.

മിച്ചം സമ്പാദിക്കുന്നവരുടെ കൈകളിലേക്കെത്തുന്ന ഒരു രൂപ, അദ്ധ്വാനിക്കുന്ന ജനങ്ങളുടെ കൈയിൽ ആ ഒരു രൂപയേക്കാൾ കുറഞ്ഞ ഉപഭോഗം സൃഷ്ടിക്കുമെന്നതിനാൽ ഇത്തരത്തിലൊരു വരുമാനമാറ്റം അമിതോല്പാദനത്തിലേക്കുള്ള പ്രവണത ഉണ്ടാക്കുന്നതിലേക്കെത്തിക്കും. സമ്പത്ത് കൈവശം വെക്കുന്നവരിൽ തങ്ങൾ കൂടുതൽ സമ്പന്നരാണെന്ന വ്യാജ തോന്നൽ ഉണ്ടാക്കുന്നതുവഴി കൃത്രിമമായി ഡിമാന്റ് വർദ്ധിപ്പി

ക്കുന്ന അമേരിക്കയിലെ ആസ്തി-വില കുമിളകൾമൂലം സമ്പദ്ഘടന യിൽ ഈ പ്രവണത നിയന്ത്രിച്ചു നിർത്തപ്പെട്ടിരുന്നു; എന്നാൽ അമേരി ക്കൻ ഭവന വിലകുമിളയുടെ (American housing Bubble) തകർച്ചയ്ക്കു ശേഷം ഈ പ്രവണത സ്വയം ദൃഢീകരിക്കപ്പെട്ടു. അന്നുമുതൽ ലോക സമ്പദ്ഘടന ഏറിയോ കുറഞ്ഞോ മാന്ദ്യാവസ്ഥയിലാണ്; ഇത് ഇന്ത്യൻ സമ്പദ്ഘടനയിലും പിടിമുറുക്കിയിരിക്കുന്നു; അത് ഇന്ത്യൻ സമ്പദ്ഘട നയെ കൂടുതൽ തൊഴിലില്ലായ്മയിലേക്കും, വർദ്ധിതമായ ദുരിതത്തി ലേക്കും തള്ളിവിടുകയാണ്. നോട്ടുനിരോധനവും ജി എസ് ടി നടപ്പാ ക്കലും പോലെയുള്ള (മുൻപ് കോൺഗ്രസ് തുടങ്ങിവെച്ചത്) മോദി ഗവൺമെന്റിന്റെ നേരാംവണ്ണം ആസൂത്രണം ചെയ്യാതെയുള്ള നടപടി കൾ സ്ഥിതിഗതികൾ കൂടുതൽ വഷളാക്കിയിരിക്കുന്നു

നവലിബറൽ വാഴ്ചയ്ക്കുള്ളിൽ നിന്നുകൊണ്ട് ഈ പ്രതിസന്ധിയെ മറികടക്കാനാവില്ല. അതിനെ മറികടക്കുന്നതിന് സാദ്ധ്യമായ ഒരേയൊരു മാർഗ്ഗം ഭരണകൂടത്തിന്റെ ചെലവഴിക്കൽ വർദ്ധിപ്പിക്കുക എന്നതാണ്. ഭരണകൂടത്തിന്റെ ചെലവഴിക്കൽ വർദ്ധിപ്പിക്കുന്നതിന്, ധനകമ്മിവഴിയോ മിച്ചം സമ്പാദിക്കുന്ന സമ്പന്നർക്കുമേൽ നികുതിചുമത്തുക വഴിയോ പണം കണ്ടെത്തുകയാണെങ്കിൽ ഈ മാർഗ്ഗത്തിന് പ്രതിസന്ധിയെ മറി കടക്കുവാൻ കഴിയും; അതേസമയം തങ്ങളുടെ മൊത്തം വരുമാനവും ഏതെങ്കിലും വിധത്തിൽ ചെലവഴിക്കുന്ന അദ്ധ്വാനിക്കുന്ന ജനങ്ങൾക്കു മേൽ നികുതി ചുമത്തിയാണ് പണം കണ്ടെത്തുന്നതെങ്കിൽ, അത് ഒരു തരത്തിലുള്ള ചോദനത്തിനുപകരം മറ്റൊരു തരത്തിലുള്ളത് പകരംവെ യ്ക്കൽ മാത്രമേ ഉണ്ടാവുകയുള്ളൂ; അവിടെ ചോദനത്തിന്റെ കാര്യത്തിൽ മൊത്ത വിപുലീകരണം ഉണ്ടാവുകയേയില്ല. പക്ഷേ, രണ്ടും അതായത് ധനക്കമ്മിയിൽ വർദ്ധനവ് വരുത്തുകയെന്നതും സമ്പന്നർക്കും മേലുള്ള നികുതി വർദ്ധിപ്പിക്കുകയെന്നതും അന്താരാഷ്ട്ര ധനമൂലധനത്തിന് അസ്വീ കാര്യമാണ്; നവലിബറലിസത്തിൻകീഴിൽ അവ പ്രയോഗിച്ചാൽ ധനമൂ ലധനം മൊത്തമായി (enmasse) രാജ്യത്തിൽനിന്നും വളരെവേഗം ഒഴിഞ്ഞുപോകും; അത് കടുത്ത ധനപ്രതിസന്ധി ഉണ്ടാക്കും.

മറുവശത്ത്, ഈ പ്രതിസന്ധിയെ നേരിടുന്നതിനുള്ള നവലിബറലി സത്തിന്റെ സ്വന്തം മാർഗ്ഗം, അതായത്, കൂടുതൽ നിക്ഷേപം നടത്തു മെന്ന പ്രതീക്ഷയിൽ മുതലാളിമാർക്ക് നികുതിയിളവുകൾ നല്കുകയെന്ന മാർഗ്ഗം ശരിക്കും, പ്രതിസന്ധിയെ കൂടുതൽ വഷളാക്കുകയാണ് ചെയ്യുക: ഒരു രൂപപോലും അധികം നിക്ഷേപിക്കാതെ മുതലാളിമാർ ഈ പണം തങ്ങളുടെ പോക്കറ്റിൽ വെക്കും (ചോദനം വർദ്ധിച്ചാൽ മാത്രമേ അവർ കൂടുതൽ നിക്ഷേപിക്കുകയുള്ളൂ); അതേസമയം മുതലാളിമാർക്ക് ഈ സഹായങ്ങൾ ചെയ്യുന്നതിനുള്ള പണത്തിനുവേണ്ടി മറ്റേതെങ്കിലും

രംഗത്തു നടത്തുന്ന ചെലവഴിക്കൽ ഭരണകൂടം വെട്ടിച്ചുരുക്കുന്നത് യഥാർത്ഥത്തിൽ ചോദനം കുറയ്ക്കുകയും ചെയ്യും.

മഹാമാരിയുമായി യാതൊരു ബന്ധവുമില്ലാത്ത, മഹാമാരിക്കു മുൻപേതന്നെ ഉണ്ടായിട്ടുള്ള ഈ പ്രതിസന്ധിയിൽനിന്നും പുറത്തുകടക്കുന്നതിന് (കുറച്ചുകാലമായി മഹാമാരി പ്രതിസന്ധിയുടെ തോത് വർദ്ധിപ്പിച്ചിട്ടുണ്ടെങ്കിലും) നവലിബറലിസത്തെ അതിജീവിക്കുകയാണ് (കടത്തിവെട്ടുകയാണ്) വേണ്ടത്. എന്നാൽ വളരെ കൃത്യമായി അത്തരമൊരു സാദ്ധ്യതയ്ക്ക് മുൻകൂട്ടി തടയിടുന്നതിന് പ്രതിസന്ധിയിലാണ്ട നവലിബറലിസം ഹിന്ദു വർഗ്ഗീയതയുമായി കൂട്ടുകൂടിയിരിക്കുന്നു; അതുവഴി ഇത്തരത്തിലുള്ള ഗതിക്രമത്തെ ചർച്ചയെ തന്നെ മാറ്റാൻ കഴിയും. ഭൗതികജീവിതത്തിലെ പ്രശ്നങ്ങളിൽനിന്നും ഹതഭാഗ്യരായ ന്യൂനപക്ഷ വിഭാഗം ഇന്നോ ഇന്നലെകളിലോ ചെയ്തുവെന്നാരോപിക്കപ്പെടുന്ന 'അതിക്രമ'ങ്ങളിലേക്ക് ചർച്ചാമണ്ഡലത്തെ തിരിച്ചുവിടുകയെന്നതാണ് കോർപ്പറേറ്റ്-ഹിന്ദുത്വ സഖ്യത്തിന്റെ ലക്ഷ്യം. വർദ്ധിതമായ ദുരിതമനുഭവിക്കുമ്പോഴും ഈ വിഭാഗത്തിനെതിരായ വെറുപ്പിൽ ജനങ്ങളുടെ ശ്രദ്ധ കേന്ദ്രീകരിച്ചു നിർത്തുക എന്നതാണവരുടെ ലക്ഷ്യം; പൊതുമേഖലയിൽനിന്നും ചെറുകിട ഉല്പാദനമേഖലയിൽനിന്നും ആസ്തികൾ പിടിച്ചെടുത്തും അസംസ്കൃത വസ്തുക്കൾ പിടുങ്ങുവാനുള്ള അവകാശങ്ങൾ കൈവശപ്പെടുത്തിയും നിക്ഷേപാവസരങ്ങൾ നേടിയെടുത്തും ഈ പ്രതിസന്ധികാലത്തും അന്താരാഷ്ട്രമൂലധനവും ആഭ്യന്തര വൻകിട ബിസിനസും കൂടുതൽ സമ്പത്ത് കുന്നുകൂട്ടുമ്പോഴാണിത്.

അധികാരത്തിൽ വരുന്നതിനുവേണ്ടി ഹിന്ദുത്വ പാർട്ടിക്ക് വൻകിട ബിസിനസ് പണം നല്കുകയും അവയുടെ നിയന്ത്രണത്തിലുള്ള മാധ്യമങ്ങളിലൂടെ പിന്തുണ നല്കുകയും, ചെയ്യുന്നു; പകരം, മൂലധനത്തിന്റെ പ്രാകൃത സഞ്ചയ നടപടികളിലൂടെ വൻകിട ബിസിനസ് അതിന്റെ സമ്പത്ത് വർദ്ധിപ്പിക്കുന്നു. ഈ പ്രക്രിയക്കെതിരായുള്ള എല്ലാ ശബ്ദവും നിർല്ലജ്ജമായ സ്വേച്ഛാധിപത്യവും പ്രയോഗിച്ചും ജനങ്ങൾക്കിടയിൽ ഐക്യമില്ലായ്മ സൃഷ്ടിച്ചും എതിർക്കുന്നവനുനേരെ ശുദ്ധ തെമ്മാടിത്തരത്തിന്റേതായ ഘടകങ്ങൾ ഉപയോഗിച്ചും അടിച്ചമർത്തുന്നു.

നവലിബറലിസം അതിന്റെ പ്രതാപകാലത്തുപോലും വൻതോതിൽ സാമ്പത്തിക അസമത്വം വർദ്ധിപ്പിക്കുകയും, ഭരണകൂടത്തിന്റെ പ്രവർത്തനത്തിലുള്ള ജനാധിപത്യ ഉള്ളടക്കങ്ങളെയാകെ അസാധുവാക്കുകയും, ഭരണകൂടത്തിന്റെ സ്വയംഭരണം അട്ടിമറിക്കുകയും സമ്പൂർണ്ണ ദാരിദ്ര്യം വർദ്ധിപ്പിക്കുകയും ചെയ്യുന്നു. അതിനും പുറമെ നവലിബറലിസം മാന്ദ്യത്തിലും വിപുലമായ തൊഴിലില്ലായ്മയിലും കുടുക്കുന്നു; ഈ മാന്ദ്യത്തിൽനിന്നും വിപുലമായ തൊഴിലില്ലായ്മയിൽനിന്നും പുറത്തുകടക്കുക

സാദ്ധ്യമല്ല. വഴിമുട്ടിയ ഈ അവസ്ഥമൂലം (dead end) നവലിബറലിസം രാജ്യത്ത് ഒരു നവഫാസിസ്റ്റ് രാഷ്ട്രീയ വാഴ്ച അടിച്ചേല്പിക്കുന്നു. ഈ വാഴ്ചയെ കേവലം ജനാധിപത്യ ഘടകങ്ങൾ ഒരുമിച്ചുവരുന്നതുകൊണ്ടുമാത്രം കീഴ്പ്പെടുത്താനാവില്ല. തീർച്ചയായും അത് അനിവാര്യമായ ഒന്നാണ്; പക്ഷേ, നവലിബറലിസത്തെ അതിജീവിക്കുന്നതിന് അത് സൃഷ്ടിച്ച ദുർഘടാവസ്ഥയെ, അതായത്, നവലിബറൽ ഭരണക്രമം സൃഷ്ടിച്ച പ്രതിസന്ധിയെ (ആ പ്രതിസന്ധിയാണ് ഈ ഭരണക്രമത്തെ തന്നെ മാറ്റിമറിക്കേണ്ടതാക്കി തീർക്കുന്നത്) അതിജീവിക്കേണ്ടതുണ്ട്. ഇത് ക്ലേശകരമായൊരു കടമയാണ്. അദ്ധ്വാനിക്കുന്ന ജനങ്ങളെ വിപുലമായി അണിനിരത്തിക്കൊണ്ടുള്ള പ്രക്ഷോഭത്തിലൂടെ മാത്രമേ അത് നിറവേറ്റാൻ സാധിക്കുകയുള്ളൂ.

സ്വാതന്ത്ര്യസമരമൂല്യങ്ങളും സ്ത്രീകളും

വൃന്ദ കാരാട്ട്

ആഗസ്ത് 15 ന്, ദേശീയ പതാക ഉയർത്തുമ്പോൾ, ഭരണഘടനാ നിർമ്മാണ സഭയുടെ അർദ്ധരാത്രിയിൽ നടന്ന ചരിത്രപരമായ യോഗമാണ് നമ്മൾ ഓർമ്മിക്കുന്നത്; ചരിത്രപരമായ ആ യോഗത്തിൽ വെച്ചാണ് പാർലമെന്റിനു മുകളിൽ ആദ്യത്തെ ദേശീയ പതാകയുയർത്തിയത്; പ്രസിഡന്റ് രാജേന്ദ്രപ്രസാദ് ഉയർത്തിയ ആ പതാക അദ്ദേഹത്തിന് കൈമാറിയത് സ്വാതന്ത്ര്യസമര പോരാളിയും ഭരണഘടനാ നിർമ്മാണ സഭയിൽ അംഗങ്ങളായിരുന്ന 15 സ്ത്രീകളിലൊരാളുമായ ഹൻസാമേഹ്ത ആയിരുന്നു. അന്നവർ പറഞ്ഞു; "മഹത്തായ ഈ മന്ദിരത്തിനുമുകളിൽ പാറിക്കളിക്കുന്ന ആദ്യത്തെ പതാക ഇന്ത്യയിലെ സ്ത്രീകളിൽ നിന്നുള്ള ഉപഹാരമാകുന്നു എന്നത് കാണിക്കുന്നത് കാര്യങ്ങളുടെ പൊരുത്തത്തെയാണ്... സ്വാതന്ത്ര്യത്തിനുവേണ്ടിയുള്ള രാജ്യത്തിന്റെ പോരാട്ടത്തിൽ നമ്മൾ പൊരുതുകയും ദുരിതമനുഭവിക്കുകയും പരിത്യജിക്കുകയും ചെയ്തു. ഇന്ന് നമ്മളാ ലക്ഷ്യം നേടിയെടുത്തിരിക്കുന്നു... മഹത്തായൊരു ഇന്ത്യക്കുവേണ്ടി പ്രവർത്തിക്കുമെന്ന് ഞങ്ങൾ സ്വയം പ്രതിജ്ഞ ചെയ്യുകയാണ്... നമ്മൾ നേടിയെടുത്ത സ്വാതന്ത്ര്യം നിലനിർത്തുന്നതിനുവേണ്ടി വലിയ പ്രവർത്തനം നടത്തുമെന്ന് ഞങ്ങൾ പ്രതിജ്ഞ ചെയ്യുന്നു," ഒരു സ്വതന്ത്ര ഇന്ത്യയിൽ തുല്യ പൗരരെന്ന നിലയ്ക്ക് തങ്ങൾക്ക് സമത്വത്തിനും നീതിക്കുമുള്ള അവകാശങ്ങൾ ലഭ്യമാകുമെന്ന (enjoy) സ്ത്രീകളുടെ പ്രതീക്ഷയും സ്വപ്നവുമാണ് ആവേശോജ്ജ്വലമായ ഈ വാക്കുകളിൽ പ്രതിഫലിക്കുന്നത്. ഇന്ന് ഇന്ത്യയിലെ സ്ത്രീകൾ, സവിശേഷമായി പറഞ്ഞാൽ പെൺജനസംഖ്യയുടെ ഭൂരിപക്ഷം വരുന്ന അദ്ധ്വാനിക്കുന്ന വർഗ്ഗങ്ങളിലെ സ്ത്രീകൾ അന്ന് ഹാൻസാ മേഹ്ത ഉയർത്തിയ

വെല്ലുവിളി നേരിടുകയാണ്... അതായത് "നമ്മൾ നേടിയെടുത്ത സ്വാതന്ത്ര്യം നിലനിർത്തുക" എന്ന വെല്ലുവിളി. സ്വാതന്ത്ര്യസമരത്തിന്റെയും ഈ എഴുപത്തഞ്ചു വർഷങ്ങൾക്കിപ്പുറം സ്ത്രീകൾ കൈവരിച്ചിട്ടുള്ള മുന്നേറ്റങ്ങൾക്ക് സഹായകമായ ഭരണഘടനയുടെയും മൂല്യങ്ങളെക്കുറിച്ചും ഇനിയും തകർക്കേണ്ട പ്രതിബന്ധങ്ങളെക്കുറിച്ചുമാണ് ഈ ലേഖനത്തിൽ പറയുന്നത്.

മതനിരപേക്ഷ മൂല്യങ്ങൾക്കുനേരെയുള്ള കടന്നാക്രമണം സ്ത്രീകളെ ആഴത്തിൽ ബാധിക്കുന്നു

എല്ലാ മതങ്ങളും, ഒരേ രീതിയിൽ, സ്ത്രീകൾക്കു നിശ്ചയിച്ചിട്ടുള്ളത് രണ്ടാം പദവിയാണ്. സ്വാതന്ത്ര്യസമരത്തിൽനിന്നും ഇന്ത്യയിലെ സ്ത്രീകൾ കൈവരിച്ച ഏറ്റവും വലിയ കരുത്ത്, സ്ത്രീജീവിതങ്ങൾ നിർണ്ണയിക്കപ്പെടേണ്ടത് മതഗ്രന്ഥങ്ങൾ പ്രകാരമല്ല, മറിച്ച് ലിംഗവും മതവും മറ്റ് യാതൊരു ഘടകങ്ങളും കണക്കിലെടുക്കാതെ പൗരർക്കിടയിൽ തുല്യത അംഗീകരിക്കുന്ന ഒരു ഭരണഘടനാപ്രകാരമാകണമെന്ന വ്യവസ്ഥയാണ്. ഭരണഘടനാപരമായും നിയമപരമായും ജാതിവ്യവസ്ഥ നിരോധിക്കുന്നുവെന്ന് പ്രഖ്യാപിക്കപ്പെട്ടു. നമ്മുടെ ഭരണഘടനയുടെ നൈസർഗ്ഗികമായ ഈ മതനിരപേക്ഷ ചട്ടക്കൂട്, അനവധിയായ മേഖലകളിൽ വിലക്കുകളെയും പ്രതിബന്ധങ്ങളെയും തകർത്തുടയ്ക്കുന്നതിൽ സ്ത്രീകൾ കൈവരിച്ച സർവ്വവിധ നേട്ടങ്ങളുടെയും പരമപ്രധാനമായ ഘടകമാണ്. ഇസ്ലാംമതത്തെ രാജ്യത്തിന്റെ ഔദ്യോഗിക മതമാക്കിക്കൊണ്ട് മതാധിഷ്ഠിത ഭരണകൂടപ്രഖ്യാപനം നടത്തിയ പാകിസ്ഥാന്റെ അതേരീതി ഇന്ത്യ കൈക്കൊണ്ടിരുന്നുവെങ്കിൽ അസാദ്ധ്യമായിത്തീരുമായിരുന്ന ഒരുകൂട്ടം സ്ത്രീപക്ഷ നിയമനിർമ്മാണങ്ങൾക്കു വഴിതെളിച്ചത് ഈ മതനിരപേക്ഷ ചട്ടക്കൂടാണ്. പാകിസ്ഥാന്റെ അതേരീതി കൈക്കൊണ്ടുകൊണ്ട് ഇന്ത്യ ഒരു ഹിന്ദുരാഷ്ട്രമായി പ്രഖ്യാപിക്കണമെന്നു പറയുന്ന ഒരുകൂട്ടം ആൾക്കാരുണ്ടിവിടെ; അതായത് ഭരണഘടനയല്ല, മറിച്ച് സ്ത്രീ ജീവിതങ്ങളെ നിയന്ത്രിക്കേണ്ടത് *മനുസ്മൃതി*യാണ് എന്നതു (ഹിന്ദുരാഷ്ട്രം) പറയുന്നു.

ഹിന്ദുത്വ പ്രത്യയശാസ്ത്രത്തിന്റെ സ്ഥാപകരിലൊരാളായ വി ഡി സവർക്കർ പറയുന്നു, "ഏറ്റവും പരിശുദ്ധമായ മതഗ്രന്ഥം *മനുസ്മൃതി*യാണ്... അത് നമ്മുടെ സാംസ്കാരിക പാരമ്പര്യത്തെ നയിക്കുന്ന സദാചാരസംഹിതയെ സംരക്ഷിക്കുകയും, നൂറ്റാണ്ടുകളായുള്ള നമ്മുടെ രാജ്യത്തിന്റെ ആത്മീയവും വിശുദ്ധവുമായ പ്രയാണത്തെ ചിട്ടപ്പെടുത്തുകയും ദൃഢീകരിക്കുകയും ചെയ്യുന്നു...." സ്ത്രീകൾക്കും ദളിതർക്കുംവേണ്ടി *മനുസ്മൃതി* നീക്കിവെച്ചിട്ടുള്ളതെന്താണെന്ന് ഇനി വിസ്തരിച്ചു പറയേണ്ടതില്ലല്ലോ. അത്യന്തവും നിഷ്ഠുരവുമായ പുരുഷാധിപത്യത്തിന്റേതായ

പൗരാണിക ഗ്രന്ഥമാണത്; ജനനത്തെ അടിസ്ഥാനപ്പെടുത്തിയുള്ള കടുത്ത അസമത്വത്തെ അംഗീകരിക്കുകയും, ഹിന്ദുവിശ്വാസത്തിൽ സഹജമായ ജാതി വ്യവസ്ഥയ്ക്ക് മതപരമായ അനുമതി നല്കുകയും ചെയ്യുന്നു എന്നതാണതിന്റെ മുഖമുദ്ര.

അക്കാലത്ത് ഭരണഘടനയ്ക്കുപകരം *മനുസ്മൃതി* വേണമെന്ന നിഷ്ഠുരമായ ആവശ്യമുന്നയിച്ചത് ആർ എസ് എസും ഹിന്ദുമഹാസഭയുംപോലുള്ള സഹസംഘടനകളായിരുന്നു (pringe elements). ഇന്ന് അവരാണ് ഇന്ത്യ ഭരിക്കുന്നത്. അതുകൊണ്ടുതന്നെ ഇന്ന് ഇന്ത്യയിലെ സ്ത്രീകൾ കൈവരിച്ചിട്ടുള്ള നേട്ടങ്ങളെല്ലാം, നമ്മുടെ രാജ്യത്തെ നിയമങ്ങൾ മതനിരപേക്ഷതയുടെയും തുല്യ പൗരത്വത്തിന്റെയും ആശയങ്ങളെ അടിസ്ഥാനപ്പെടുത്തിയുള്ളതായതുകൊണ്ടുമാത്രം സഫലീകരിക്കപ്പെട്ടവയാണ് എന്ന പരമപ്രധാനമായ സത്യം നാം ആവർത്തിച്ചു പറയേണ്ടിയിരിക്കുന്നു. തീർച്ചയായും ഈ നിയമങ്ങൾക്ക് അവയുടേതായ അപര്യാപ്തതകളും ന്യൂനതകളുമുണ്ടെങ്കിലും, നമ്മുടേതിനു സമാനമായ മറ്റനേകം വികസിത രാജ്യങ്ങളിലേതിനേക്കാൾ മെച്ചപ്പെട്ടവയാണവ; അവ അവകാശങ്ങൾക്കായുള്ള സ്ത്രീകളുടെ മുന്നേറ്റത്തിനുവേണ്ടിയുള്ള ചട്ടക്കൂട് ലഭ്യമാക്കുന്നു.

ഇന്ത്യയുടെ സ്വാതന്ത്ര്യം ആഘോഷിക്കുമ്പോൾ, ഇത്തരം ഒട്ടനവധി നിയമങ്ങളിൽ വെള്ളം ചേർക്കാൻ ശ്രമിക്കുന്ന ഗവൺമെന്റിന്റെ ഭാഗമായുള്ളവരടക്കമുള്ള അറുപിന്തിരിപ്പൻ ശക്തികൾക്കെതിരായി നമ്മൾ കവചമൊരുക്കേണ്ടതുണ്ട്; ഗാർഹിക പീഡനം, വിവാഹത്തിൽ പ്രായപൂർത്തിയായവർക്ക് തെരഞ്ഞെടുപ്പ് നടത്താനുള്ള അവകാശം, ലൈംഗികമായ തെരഞ്ഞെടുപ്പ് (Sexual Choice) തുടങ്ങിയവയൊക്കെ കൈകാര്യം ചെയ്യുന്ന നിയമങ്ങളിൽ, അവ 'ഇന്ത്യൻ ധാർമ്മികത'ക്കെതിരാണെന്നു പറഞ്ഞ് വെള്ളം ചേർക്കാനാണ് ഇക്കൂട്ടർ ശ്രമിക്കുന്നത്; അതുകൊണ്ടുതന്നെ നമ്മൾ ഈ നിയമങ്ങളുടെ സംരക്ഷകരാകേണ്ടതുണ്ട്. വ്യാപകമായിക്കൊണ്ടിരിക്കുന്ന ദുരഭിമാന കുറ്റകൃത്യങ്ങൾക്കെതിരായി, വൈവാഹിക പീഡനങ്ങൾക്കെതിരായി നിയമനിർമ്മാണം നടത്താൻ ബി ജെ പി-ആർ എസ് എസ് നേതൃത്വത്തിലുള്ള ഗവൺമെന്റ് തയ്യാറാകാത്തതും സ്ത്രീകളുടെ വ്യക്തി സ്വാതന്ത്ര്യത്തിനും അവകാശങ്ങൾക്കും നേരെയുള്ള പ്രതിബന്ധത്തിന്റെ പ്രതിഫലനമാണ്.

സ്ത്രീകളുടെ സ്വതന്ത്ര പ്രവർത്തനവും സ്വയംഭരണാവകാശവും പാടേ അട്ടിമറിക്കപ്പെട്ടു

സ്വാതന്ത്ര്യസമരകാലത്ത്, സ്ത്രീകളുടെ സാമൂഹിക രാഷ്ട്രീയ പ്രവർത്തനത്തെയും ഒരു പരിധിവരെ അവരുടെ സ്വതന്ത്ര പ്രവർത്തനത്തെയും ദേശീയ പ്രസ്ഥാനത്തിന്റെ വ്യത്യസ്ത രാഷ്ട്രീയ ധാരകളിലെ

നേതാക്കൾ പ്രോത്സാഹിപ്പിച്ചിരുന്നു- അത് ഗാന്ധിജി നയിക്കുന്ന പ്രബല കോൺഗ്രസ് പാർട്ടിയാണെങ്കിലും കമ്യൂണിസ്റ്റുകാർ നയിക്കുന്ന പ്രസ്ഥാനമാണെങ്കിലും അംബേദ്കർ നയിച്ച സോഷ്യൽ ജസ്റ്റിസ് മൂവ്മെന്റാണെങ്കിലും സ്ത്രീകളുടെ കടന്നുവരവിനെ ഇവരെല്ലാം പ്രോത്സാഹിപ്പിച്ചിരുന്നു. ഫ്യൂഡൽ കാൽച്ചങ്ങലകളാൽ തടവിലാക്കപ്പെട്ട സ്ത്രീകളുടെ സർവ്വസാധാരണമായ സ്ഥാനത്തെ തകർത്തെറിഞ്ഞുകൊണ്ട് ലക്ഷക്കണക്കിന് സ്ത്രീകൾ പോരാളികളായും, ലാത്തികളെയും തടവറകളെയും എന്തിന്, മരണത്തെപ്പോലും ധീരമായി നേരിട്ടുകൊണ്ടും സ്വാതന്ത്ര്യസമരത്തിൽ അണിനിരന്നു. പക്ഷേ, സ്വാതന്ത്ര്യലബ്ധിക്കുശേഷം എന്തുണ്ടായി? ഇന്ന് ഇന്ത്യയിൽ, ഈ മൂല്യങ്ങൾ മുന്നോട്ടുവെച്ചുകൊണ്ട്, സ്ത്രീകൾ, പ്രത്യേകിച്ചും ചെറുപ്പക്കാരായ സ്ത്രീകൾ തങ്ങൾക്കു നിഷിദ്ധമായ മേഖലകളിലേക്കും മണ്ഡലങ്ങളിലേക്കും ഉറച്ച മനസ്സോടെ കടന്നുചെല്ലുന്നതെങ്ങനെയെന്നതിന് എണ്ണമറ്റ ഉദാഹരണങ്ങളുണ്ട്. പ്രക്ഷുബ്ധമായ സമരപോരാട്ടങ്ങളിലൂടെ നീതിക്കുവേണ്ടി സ്ത്രീകൾ നടത്തിയ മുന്നേറ്റങ്ങൾ, സ്ത്രീകൾക്ക്, പ്രത്യേകിച്ചും ദരിദ്രവിഭാഗങ്ങളിലെ സ്ത്രീകൾക്ക്, പ്രയോജനപ്രദമാകുന്ന നിയമപരവും നയപരവുമായ മാറ്റങ്ങൾക്കുപിന്നിലെ പ്രേരകശക്തിയായി.

എന്നാൽ ഇവിടെ ഭരണകൂടത്തിന്റെയും ഗവൺമെന്റുകളുടെയും പങ്ക് തികച്ചും ഉത്സാഹരഹിതവും ദുർബ്ബലവുമായിരുന്നു; ചില സമയങ്ങളിൽ അത് തീർച്ചയായും വിനാശകരവും ശത്രുതാപരവുമായിരുന്നു. കുഞ്ഞുങ്ങളുടെ ജനനത്തിലെ താഴ്ന്ന നിലയിലുള്ള ലിംഗാനുപാതത്തിൽ വ്യക്തമായി പ്രകടമാകുന്ന, ആൺകുട്ടികൾക്ക് മുൻഗണന നല്കുന്ന സംസ്കാരം ഇന്നും തുടരുന്നതിൽ കാണാനാകുന്നത് ഇതിന്റെ പ്രതിഫലനമാണ്. ഇന്ത്യയിൽ 1994 ൽ പെൺഭ്രൂണഹത്യ നിയമവിരുദ്ധമാക്കപ്പെട്ടുവെങ്കിലും, 2020 ൽ യു എൻ പോപ്പുലേഷൻ ഫണ്ട് പ്രസിദ്ധീകരിച്ച റിപ്പോർട്ടിലെ കണക്കുപറയുന്നത്, ആൺ-പെൺ ഭേദത്തെ അടിസ്ഥാനപ്പെടുത്തിയുള്ള ഗർഭച്ഛിദ്രംമൂലം ഇന്ത്യയിൽ 2011-2016 കാലയളവിൽ ഏതാണ്ട് നാലുലക്ഷത്തിനടുത്ത് പെൺകുഞ്ഞുങ്ങളുടെ ജനനം 'നടക്കാതെപോയി' എന്നാണ്, ലൈംഗികമായ ആക്രമണം, ബാലപീഡനം, സ്ത്രീധന പീഡന മരണങ്ങൾ, ആസിഡ് ആക്രമണങ്ങൾ എന്നിങ്ങനെ തുടങ്ങി വിവിധ രൂപങ്ങളിലുള്ള സ്ത്രീകൾക്കെതിരായ കടന്നാക്രമണങ്ങൾ, സാമൂഹിക-കുടുംബ ജീവിതത്തിൽ തുല്യസ്ഥാനത്തിനുവേണ്ടിയുള്ള സ്ത്രീകളുടെ അവകാശവാദത്തിനുനേരെയുള്ള ഒരുതരം തിരിച്ചടിയെയാണ് പ്രതിഫലിപ്പിക്കുന്നത്.

നാഷണൽ ക്രൈം ബ്യൂറോയുടെ കണക്കുകൾ കാണിക്കുന്നത്, 2019 ൽ (ഏറ്റവും അടുത്ത് ലഭ്യമായത്) കുറ്റകൃത്യങ്ങളുടെ എണ്ണം 4.12 ലക്ഷത്തിലേക്ക് ഉയർന്നിരിക്കുന്നു എന്നാണ്. അതിനുശേഷം വന്ന 2020 ലെ

റിപ്പോർട്ടിൽ കാണിച്ചിരിക്കുന്ന കുറവ്, ലോക്ഡൗണിന്റെ സാഹചര്യങ്ങൾ നിലവിലുണ്ടായിരുന്നതിനാൽ മുഖവിലയ്ക്കെടുക്കാനാവില്ല. ഏറ്റവും മോശപ്പെട്ട കാര്യം സ്ത്രീകൾക്കെതിരായ കുറ്റകൃത്യങ്ങളിൽ ശിക്ഷിക്കപ്പെട്ടവയുടെ നിരക്ക് വെറും 23.7 ശതമാനം മാത്രമാണെന്നതാണ്. ദളിതരും ആദിവാസികളുമായ സ്ത്രീകൾ സവിശേഷമായി ജാതികേന്ദ്രിത അതിക്രമങ്ങൾക്കിരയാകുന്നത്-അതിലൊട്ടേറെ കേസുകൾ ഗ്രാമീണ വരേണ്യവർഗ്ഗം നടത്തുന്ന വർഗ്ഗപരമായ അതിക്രമം കൂടിയാണ്-വർദ്ധിച്ചുവരുകയാണ്. പീഡകരും ക്രിമിനലുകളും വെച്ചനുഭവിക്കുന്ന ശിക്ഷിക്കപ്പെടുകയില്ലെന്ന ധൈര്യം, ഹത്രാസ് കേസിലെന്നപോലെ അധികാരത്തിലിരിക്കുന്നവർ അവർക്കുനല്കുന്ന പരിലാളനയിൽനിന്നും സൃഷ്ടിക്കപ്പെടുന്നതാണ്.

സ്ത്രീകളുമായി ബന്ധപ്പെട്ട് സ്വാതന്ത്ര്യസമരമൂല്യങ്ങളോടുചെയ്യുന്ന മറ്റൊരു വഞ്ചന, പാർലമെന്റിലെ സ്ത്രീകളുടെ നിരാശാജനകമായ പ്രാതിനിദ്ധ്യമാണ്. ഇന്ത്യയുടെ ആദ്യത്തെ പാർലമെന്റിൽ 5 ശതമാനം സ്ത്രീകൾ മാത്രമേയുണ്ടായിരുന്നുള്ളൂ എന്നതൊരു വലിയ നാണക്കേടായിരുന്നു. എന്നാൽ 75 വർഷങ്ങൾക്കിപ്പുറം ആഗോള ശരാശരിയായ 24.6 ശതമാനത്തിനും (അതുതന്നെ വളരെ കുറവാണ്) താഴെ, അതായത് 14 ശതമാനം മാത്രമാണ് സ്ത്രീകളുടെ പ്രാതിനിദ്ധ്യം. സംസ്ഥാന നിയമസഭകളുടെ റെക്കോർഡ് അതിലും മോശപ്പെട്ടതാണ്; അത് കേവലം 8.8 ശതമാനം മാത്രമാണുള്ളത്. ഇതുനോക്കുമ്പോൾ ഇന്ത്യ ഇക്കാര്യത്തിൽ 140 രാജ്യങ്ങൾക്കും പിറകിലാണ്. തിരഞ്ഞെടുപ്പ് വാഗ്ദാനങ്ങൾക്കപ്പുറം, സ്ത്രീസംവരണ ബിൽ തട്ടിൽതന്നെയായിരിക്കുന്നുവെന്നത് (നടപ്പാക്കുന്നില്ല) സമകാലിക ഭരണക്രമത്തിന്റെ സ്ത്രീവിരുദ്ധ നിലപാടിനെയാണ് വ്യക്തമാക്കുന്നത്, അതിലൂടെ എണ്ണം തികയ്ക്കണമെന്നതിനപ്പുറം യാതൊരുവിധ രാഷ്ട്രീയ അഭിലാഷമോ താല്പര്യമോ അവർക്കില്ല.

രാഷ്ട്രീയ പ്രാതിനിദ്ധ്യത്തിലും തീരുമാനങ്ങളെടുക്കുന്ന വേദികളിലുമുള്ള പുരുഷാധിപത്യ സമീപനം, തൃണമൂല തലത്തിൽ സ്ത്രീകളുടെ വൻവിജയത്തിനുശേഷംപോലും കൂടുതൽ രൂക്ഷമായി തുടരുകയാണ്. മൂന്നിലൊന്ന് പ്രാതിനിദ്ധ്യമായിരുന്ന കാലത്തുനിന്നുതുടങ്ങി പിന്നീട് യു പി എ സർക്കാരിന്റെ കാലത്ത് 50 ശതമാനമാക്കി വർദ്ധിപ്പിച്ചപ്പോഴും, പഞ്ചായത്തുകളിലെയും തദ്ദേശ സ്ഥാപനങ്ങളിലെയും സ്ത്രീകൾ എണ്ണത്തിന്റെ കാര്യത്തിൽ മാത്രമല്ല, കഠിന പ്രയത്നവും അക്ഷീണ പരിശ്രമവുംകൊണ്ട് അവർ നേടിയെടുത്ത അനവധിയായ വിജയകഥകളുടെ കാര്യത്തിലും ആഗോള റെക്കോർഡ് കൈവരിച്ചു. സ്ത്രീകളുടെ മൂന്നിലൊന്ന് സംവരണം ആദ്യമായി നടപ്പാക്കിയത് ഇടതുപക്ഷം ഭരിക്കുന്ന ബംഗാൾ സംസ്ഥാനത്തായിരുന്നു എന്നതും,

സ്ത്രീകൾ നേതൃത്വം നല്കുന്ന തദ്ദേശ സ്ഥാപനങ്ങൾ അവയുടെ പ്രവർത്തനത്തിന് നിരവധി അവാർഡുകൾ നേടിയിട്ടുള്ളത് കേരളത്തിലായിരുന്നു എന്നതും സുപ്രധാനമാണ്.

മൂല്യങ്ങൾക്കെതിരുനില്ക്കുന്ന മുതലാളിത്തവും നവലിബറൽ ചട്ടക്കൂടും

ബി ജെ പി-ആർ എസ് എസ് വാഴ്ചയുടെ നയങ്ങളും മനുവാദ പ്രത്യയശാസ്ത്രത്തിന്റെ നിന്ദ്യതയും മൂലം സ്ത്രീകൾ കഷ്ടപ്പെട്ടു നേടിയെടുത്ത അവകാശങ്ങൾക്കുനേരെ മുമ്പെന്നത്തെയുംകാൾ വലിയ വെല്ലുവിളി നേരിട്ടുകൊണ്ടിരിക്കുകയാണ് എന്നതിൽ തർക്കമില്ല. എന്തുതന്നെയായാലും, പെണ്ണിന്റെ സ്ഥാനമെന്നത്, സ്വന്തം സ്വാതന്ത്ര്യം ഉറപ്പാക്കുന്നതിനുള്ള അവളുടെ ശേഷിയെന്നത് വലിയൊരളവുവരെ നിർണ്ണയിക്കുന്നത് അവളുടെ സാമ്പത്തിക പദവിയും, തൊഴിലിന്റെ കാര്യത്തിൽ ആണും പെണ്ണും തമ്മിലുള്ള അസമമായ ലിംഗവിഭജനമെന്ന ചരിത്രപരമായ മാറാപ്പിനെ സമൂഹം കണക്കിലെടുക്കുന്ന രീതിയുമാണ്. ഈ മണ്ഡലത്തിൽ ഇപ്പോഴത്തെ ഗവൺമെന്റ്, മുൻപ് കോൺഗ്രസ് നേതൃത്വത്തിലുള്ള ഗവൺമെന്റ് മുന്നോട്ടുവെച്ച കോർപ്പറേറ്റനുകൂല നവലിബറൽ നയങ്ങളുടേതായ ചട്ടക്കൂട് കൂടുതൽ അക്രമോത്സുകമായി പ്രാവർത്തികമാക്കുകയാണ്. സാമൂഹികമായതും നികൃഷ്ടമായതുമായ മാർഗ്ഗ അസമത്വം, ചൂഷിത വിഭാഗങ്ങളിലെ ആണിനെയും പെണ്ണിനെയും ബാധിക്കുമ്പോൾതന്നെ അവർക്കിടയിലെ സ്ത്രീകളെ അത് കൂടുതൽ നീചമായി ബാധിക്കുന്നു.

ഇന്ത്യയിൽ, സ്വാതന്ത്ര്യ സമരത്തിന്റെ നട്ടെല്ലെന്ന നിലയിൽ തൊഴിലാളികളുടെയും കർഷകരുടെയും വമ്പിച്ച പങ്കാളിത്തമുണ്ടായിരുന്നിട്ടുകൂടി സ്വാതന്ത്ര്യ സമരപ്രസ്ഥാനത്തിന്റെ നേതൃത്വത്തിൽ നിലനിന്നിരുന്ന വർഗ്ഗ ശക്തികളുടെ പരസ്പരബന്ധം, സ്വതന്ത്ര ഇന്ത്യയിൽ വൻകിട ബൂർഷ്വാസിയുടെ നേതൃത്വത്തിലുള്ള ഒരു ബൂർഷ്വാ ഭൂപ്രഭു വാഴ്ച സ്ഥാപിച്ചു. ഭരണവർഗ്ഗങ്ങളുടെ ഈ അധികാരമാണ് സാമ്പത്തിക മണ്ഡലവുമായി ബന്ധപ്പെട്ട അടിസ്ഥാന മൗലികാവകാശങ്ങളെ, നിർബ്ബന്ധമായും നടപ്പാക്കണമെന്ന ബാദ്ധ്യതയില്ലാത്ത (non-justiciable) നിർദ്ദേശക തത്ത്വങ്ങൾക്കുകീഴിലേക്ക് നീക്കിക്കൊണ്ട് ഭരണഘടനയിൽത്തന്നെ ഒരു വിട്ടുവീഴ്ച ചെയ്യുന്നതിലേക്ക് (അനുരഞ്ജനത്തിലേക്ക്) നയിച്ചത്; തൊഴിലിനുള്ള അവകാശം, ഒരു മൗലികാവകാശമെന്ന നിലയ്ക്ക് തുല്യകൂലിക്കുള്ള അവകാശം, വിവിധ മണ്ഡലങ്ങളിൽ അദ്ധ്വാനിക്കുന്ന സ്ത്രീകളുടെ അവകാശങ്ങൾ എന്നിവയെല്ലാം അത്തരത്തിൽ നിർദ്ദേശകതത്ത്വങ്ങളിലേക്ക് നീക്കിയവയാണ്. ഇപ്പറഞ്ഞ എല്ലാ സാമ്പത്തിക അവകാശങ്ങളും നിർബ്ബന്ധമായും നടപ്പാക്കേണ്ട ബാദ്ധ്യതയുള്ളവയാ

ക്കണമെന്നും (justiciable) അവ മൗലികാവകാശങ്ങൾ എന്ന അദ്ധ്യായത്തിന്റെ ഭാഗമാക്കണമെന്നും ഭരണഘടനാ നിർമ്മാണസഭയിലുണ്ടായിരുന്ന ഏതാനും സോഷ്യലിസ്റ്റുകളും കമ്യൂണിസ്റ്റുകാരും ആവശ്യപ്പെട്ടു. ആ സമയം ഈ അവകാശങ്ങളെ മൗലികാവകാശങ്ങളുടെ അദ്ധ്യായത്തിൽ ഉൾപ്പെടുത്തുന്നതിനെ എതിർത്തത് സബ് കമ്മിറ്റിയുടെ ചെയർമാനെന്ന നിലയ്ക്ക് വല്ലഭായ് പട്ടേലായിരുന്നു. ഇന്ന് ആ ആവശ്യവും ഒരുപോലെ പ്രസക്തമാണ്.

നവലിബറൽ നയങ്ങൾക്കുകീഴിൽ ഇന്ത്യയിലെ സ്ത്രീകളുടെ സാമ്പത്തിക സ്ഥിതിയിൽ വലിയ തോതിലുള്ള അധഃപതനമുണ്ടായിരുന്നു; അതവരെ കൂടുതൽ വേഗത്തിൽ സാമൂഹിക വിവേചനത്തിനിരയാക്കപ്പെടുന്നവരാക്കി മാറ്റുന്നു. ലോകത്തിലെ തന്നെ കണക്കുനോക്കുമ്പോൾ, ഏറ്റവും ഉയർന്ന സ്ത്രീതൊഴിലില്ലായ്മാ നിരക്കുള്ള രാജ്യങ്ങളിലൊന്നാണ് ഇന്ത്യ; അതുപോലെതന്നെ പെൺതൊഴിൽ പങ്കാളിത്ത നിരക്ക് (FLPR) ഏറ്റവും കുറവുള്ള രാജ്യങ്ങളിലൊന്നുമാണ് ഇന്ത്യ. 2019 ലെ ഒ ഇ സി (OECD) സർവ്വെ കാണിക്കുന്നത്, തൊഴിലില്ലായ്മ സ്ത്രീകളെയും പുരുഷന്മാരെയും ബാധിക്കുമ്പോഴും ഇന്ത്യയിൽ സ്ത്രീകളും പുരുഷന്മാരും തമ്മിലുള്ള തൊഴിലില്ലായ്മാ നിരക്കിൽ 52 ശതമാനം പോയിന്റ് വ്യത്യാസമുണ്ടെന്നാണ്; ഇത് ലോകത്തിലെ ഏറ്റവും ഉയർന്ന പോയിന്റ് വ്യത്യാസമാണ്. സർവ്വോപരി, നിഷ്ഫലമാകുന്ന തൊഴിലന്വേഷണത്തിനു വേണ്ടിവരുന്ന ചെലവും തുടർച്ചയായ നിരാശയും പിരിമുറുക്കവും കാരണം അദ്ധ്വാനശക്തിയിൽനിന്നും വിട്ടുപിരിയുവാൻ നിർബ്ബന്ധിതരാകുന്ന സ്ത്രീകളുടെ വലിയൊരു ശതമാനവും ഇന്ത്യയിലുണ്ട്. തൊഴിലവസരങ്ങളുടെ കുറവ്, പ്രത്യേകിച്ചും ഗ്രാമീണ ഇന്ത്യയിലെ തൊഴിലവസരങ്ങളുടെ കുറവ്, ഗ്രാമങ്ങളെ കേന്ദ്രീകരിച്ചുജീവിക്കുന്ന സ്ത്രീകളുടെ അദ്ധ്വാന ശക്തിയിലെ പങ്കാളിത്തനിരക്ക് 2022 ഏപ്രിലിൽ 10 ശതമാനത്തിനു താഴേക്ക് പോകുന്നതിലേക്ക്, ചരിത്രപരമായൊരു ഇടിവിലേക്ക് നയിച്ചു.

ഇപ്പോഴും സ്ത്രീകളുടെ കൂലി, പുരുഷന്മാർക്കു ലഭിക്കുന്ന കൂലിയുടെ ശരാശരി മൂന്നിലൊന്നാണ്. സ്ത്രീകളുടെ അദ്ധ്വാനത്തെ കുടുംബത്തിന്റെ വരുമാനത്തിനു പൂരകമായ ഒന്നായി കണക്കാക്കുന്നതാണതിന് കാരണം; അതുകൊണ്ടുതന്നെ സ്ത്രീകൾ നിർവ്വഹിക്കുന്ന പണിക്ക് സ്ഥിരമായി കുറഞ്ഞ കൂലി നല്കപ്പെടുന്നു. അംഗൻവാടി തൊഴിലാളികൾ, ആരോഗ്യരംഗത്ത്, പ്രവർത്തിക്കുന്ന ആശാ വർക്കർമാർ, സ്കൂളുകളിലെ ഉച്ചഭക്ഷണ സംവിധാനത്തിൽ പാചകക്കാരായും സഹായികളായും പണിയെടുക്കുന്നവർ എന്നിങ്ങനെ ഗവൺമെന്റിന്റെ വിവിധ സ്കീമുകളിൽ, സ്ത്രീകളാൽ ചെയ്യപ്പെടുന്ന അവശ്യ സേവനങ്ങളിൽ തൊഴിലെടുക്കുന്ന ഏതാണ്ട് ഒരു കോടിയോളം വരുന്ന ജീവനക്കാരോട്

ചെയ്യുന്ന നാണംകെട്ട ചൂഷണം ഇവിടെ ശ്രദ്ധേയമായ ഉദാഹരണമാണ്; അവരുടെ സ്ഥിരപ്പെടുത്തൽ നിഷേധിക്കുന്നു; മിനിമം കൂലി മാത്രമേ നല്കുന്നുമുള്ളൂ; ചുരുക്കി പറഞ്ഞാൽ ഗവൺമെന്റ് ജീവനക്കാരിയായിരിക്കുന്നതുകൊണ്ട് അവർക്ക് യാതൊരു പ്രയോജനവുമില്ല.

മുതലാളിത്തത്തിന്റെ ത്രിശൂലം, ജാതിയുടെയും പുരുഷാധിപത്യത്തിന്റെയും സംയോജനത്തെ അടിസ്ഥാനപ്പെടുത്തിയുള്ള ശ്രേണീബദ്ധമായ വിഭജനവും അടിച്ചമർത്തലും എന്നിവ മിച്ചമൂല്യം പിഴിഞ്ഞെടുക്കുന്നത് വർദ്ധിപ്പിക്കുന്നതിനവസരമൊരുക്കി; കോർപ്പറേറ്റുകളുടെ ലാഭം പരമാവധിയാക്കുന്നതിന് സഹായിക്കുന്നതിനുവേണ്ടി കുറഞ്ഞ കൂലിക്ക് പെണ്ണിന്റെ അദ്ധ്വാനവും ജാതിവ്യവസ്ഥയ്ക്ക് ഇരയാക്കപ്പെടുന്നവരുടെ അദ്ധ്വാനവും കൈക്കലാക്കിക്കൊണ്ടുള്ള ചൂഷണത്തിലൂടെയാണ്. ഇത്തരത്തിൽ മിച്ചമൂല്യം കൂടുതൽ പിഴിഞ്ഞെടുക്കുന്നത്. ഒട്ടേറെ കാര്യങ്ങളിൽ പിഴവുകൾ വന്നിരുന്നുവെങ്കിലും, ഔദ്യോഗിക ഏജൻസികൾ നടത്തിയ 2019 ലെ സമയ വിനിയോഗ സർവ്വേ (time use survey) അപ്പോഴും വീട്ടുജോലിയിലുൾപ്പെടെ ഇന്ത്യയിലെ സ്ത്രീകൾ ചെയ്യുന്ന കൂലിയില്ലാവേലയുടെ ഭീമമായ ഭാരത്തെക്കുറിച്ച് ചൂണ്ടിക്കാണിച്ചിരുന്നു; കുട്ടികളുടെ പരിചരണം, കുടുംബത്തിലെ പ്രായമായവരുടെ പരിചരണം, വെള്ളവും ഗ്യാസും പോലെയുള്ള ആവശ്യവീട്ടുസാധനങ്ങളുടെ സംഭരണവും ലഭ്യമാക്കലും തുടങ്ങിയ കാര്യങ്ങളിൽ ഗവൺമെന്റിന്റെ പിന്തുണയില്ലായ്മയാണ് അതിനു കാരണം. സ്ത്രീ ശരാശരി അഞ്ചുമണിക്കൂർ വീട്ടുജോലിയെടുക്കുമ്പോൾ പുരുഷന്മാർ വീട്ടുജോലിയെടുക്കുന്ന ആകെ സമയം ഒന്നരമണിക്കൂറാണ്. പുരുഷനേക്കാൾ ഇരട്ടി ജോലികളാണ് സ്ത്രി പരിചരണവുമായി ബന്ധപ്പെട്ട് ചെയ്യുന്നത്. വികസനവും സാങ്കേതികവിദ്യയും സ്ത്രീകളുടെ കൂലിയില്ലാ വേലയിലേക്കു വെളിച്ചം വീശുന്നതിനുപകരം അതിന്റെ നേർവിപരീതമാണ് നടന്നു കൊണ്ടിരിക്കുന്നത്; തീർച്ചയായും അതിനു കാരണം മുതലാളിത്തത്തിനുകീഴിൽ അസമമായ സാമൂഹിക ബന്ധങ്ങൾ ഇന്ത്യൻ സമൂഹത്തിന്റെ കേന്ദ്രബിന്ദുവായി നിലനില്ക്കുന്നതാണ്.

ഉല്പാദകക്ഷമവും കൂലിയുള്ളതുമായ തൊഴിലിൽ സ്ത്രീകൾക്ക് തുല്യാവസരം നല്കുന്നതുവരെ, കുട്ടികൾക്കും കുടുംബക്ഷേമത്തിനുവേണ്ട സൗകര്യങ്ങളും വെള്ളം, ഗ്യാസ് മുതലായ പൊതുസേവനങ്ങളും ഭരണകൂടം ലഭ്യമാക്കുന്നതുവരെ, സ്ത്രീകളുടെ മുന്നേറ്റത്തിന് ഒരു പ്രതിബന്ധമായി അസമമായ ലിംഗാധിഷ്ഠിത തൊഴിൽ വിഭജനം നിലനില്ക്കുകതന്നെ ചെയ്യും. സോഷ്യലിസ്റ്റ് രാജ്യങ്ങളിൽ, അടിസ്ഥാനപരമായ ഒരു തുല്യാവകാശമെന്ന നിലയിൽ സ്ത്രീകൾക്ക് തൊഴിലിനുള്ള അവസരം നല്കുന്നതിലേക്കുള്ള ഗുണപരമായ മാറ്റമാണ് അവിടങ്ങളിൽ സ്ത്രീകളുടെ സ്ഥിതിയിൽ സമൂലമായ മാറ്റത്തിലേക്ക് നയിച്ചത്.

ഇന്ത്യയിൽ, ഒരുവശത്ത് കോർപ്പറേറ്റുകളെ സഹായിക്കുന്നതിനും

മറുവശത്ത് തങ്ങളുടെ പിന്തിരിപ്പൻ മനുവാദ സാമൂഹ്യ അജണ്ട അടിച്ചേല്പിക്കുന്നതിനും വേണ്ടി നിലകൊള്ളുന്ന നിലവിലെ ഗവൺമെന്റിന്റെ അക്രമോത്സുകമായ നയചട്ടക്കൂടിന്റെ പിന്തുണയോടുകൂടി നടപ്പാക്കപ്പെടുന്ന ചൂഷണാധിഷ്ഠിത മുതലാളിത്ത വ്യവസ്ഥ സ്വാതന്ത്ര്യസമര മൂല്യങ്ങളെ മാത്രമല്ല, മറിച്ച് സ്വാതന്ത്ര്യത്തെത്തന്നെ പാടേ അട്ടിമറിക്കുകയാണ്. സോഷ്യലിസത്തിനുവേണ്ടി, സമത്വവും നീതിയും ഉറപ്പാക്കുന്നതിനും നിലവിലെ സംവിധാനത്തിന്റെ രോഗാതുരതയിൽനിന്നും ദൗർബല്യത്തിൽനിന്നുമുള്ള മോചനം സാദ്ധ്യമാക്കുന്നതിനുവേണ്ടി, ഒരു രണ്ടാം സ്വാതന്ത്ര്യസമരത്തിലേക്കു കടക്കുന്നതിന് അദ്ധ്വാനിക്കുന്ന വർഗ്ഗത്തിലെയും ഇടത്തരം വർഗ്ഗത്തിലെയും സ്ത്രീപുരുഷന്മാർ ഒന്നിച്ചണിനിരന്നുകൊണ്ടുള്ള ഒരു സംയുക്ത പ്രക്ഷോഭത്തിനുള്ള ആഹ്വാനമാണ് ഇത് നല്കുന്നത്.

വളഞ്ഞിട്ടാക്രമിക്കപ്പെടുന്ന ജനാധിപത്യം

പ്രകാശ് കാരാട്ട്

അടുത്തകാലംവരെ സ്വാതന്ത്ര്യത്തിന്റെ ശ്രദ്ധേയമായ വാർഷികങ്ങൾ ആഘോഷിക്കുമ്പോൾ, സ്വതന്ത്ര ഇന്ത്യയുടെ മുഖ്യനേട്ടങ്ങളിൽ ഒന്നായി പാർലമെന്ററി ജനാധിപത്യ സംവിധാനത്തെ നമുക്ക് ചൂണ്ടിക്കാണിക്കാൻ കഴിയുമായിരുന്നു. 1950 ൽ റിപ്പബ്ലിക്കൻ ഭരണഘടന അംഗീകരിച്ചത് രാഷ്ട്രീയത്തിൽ ജനങ്ങളുടെ പങ്കാളിത്തത്തിനും ശബ്ദം കേൾപ്പിക്കാനുമുള്ള സാദ്ധ്യതയുണ്ടാക്കി; ദേശീയ സ്വാതന്ത്ര്യത്തിനുവേണ്ടിയുള്ള തങ്ങളുടെ സമരത്തിൽ ഇന്ത്യൻ ജനതയുടെ ആഗ്രഹാഭിലാഷങ്ങൾ പ്രതിഫലിപ്പിക്കുന്നതാണിത്.

വികസ്വര മുതലാളിത്ത സമൂഹത്തിലെ ജനാധിപത്യ സംവിധാനത്തിന്മേൽ വർഗ്ഗപരമായ പ്രതിബന്ധങ്ങളും ഇടുങ്ങിയ അടിസ്ഥാനവും ഉണ്ടായിട്ടും കഴിഞ്ഞ ആറ് പതിറ്റാണ്ടുകളായി പാർലമെന്ററി ജനാധിപത്യത്തിന് അതിന്റെ ഊർജ്ജസ്വലത നിലനിർത്താൻ എങ്ങനെ കഴിഞ്ഞുവെന്നത് പ്രശംസനീയമായ കാര്യമാണ്. ജനാധിപത്യത്തിന്റെ വിജയസാദ്ധ്യത സുസ്ഥിരമാക്കുന്നത് മുഖ്യമായും ജനങ്ങളും ജനകീയ സമരങ്ങളും ജനാധിപത്യ പ്രസ്ഥാനങ്ങളും മൂലമാണ്.

എന്നാൽ, സ്വാതന്ത്ര്യത്തിന്റെ 75-ാം വർഷം നാം ആഘോഷിക്കുമ്പോൾ ജനാധിപത്യത്തിന്റെ വിജയസാദ്ധ്യത തീരെ മന്ദതയിലായിരിക്കുന്നു; പാർലമെന്ററി ജനാധിപത്യ സംവിധാനവും ജനാധിപത്യപരമായ അസ്തിവാരമെന്ന നിലയിൽ ഭരണഘടന പ്രദാനം ചെയ്ത സർവ്വതും അപകടത്തിലായിരിക്കുകയാണ്; അവയെല്ലാംതന്നെ കടുത്ത ആക്രമണം നേരിടുകയാണ്. ഇന്ന് നാം സാക്ഷ്യം വഹിക്കുന്നത് സമ്പൂർണ്ണമായ സ്വേച്ഛാധിപത്യത്തിന്റെ കടന്നാക്രമണത്തിനാണ്; ഇത് ജനാധിപത്യത്തിന്റെ എല്ലാ മാനദണ്ഡങ്ങളെയും എക്സിക്യൂട്ടീവും ലെജിസ്ലേച്ചറും

ജുഡീഷ്യറിയും തമ്മിൽ സമതുലിതാവസ്ഥ നിലനിർത്തുന്നതിനുള്ള ഭരണകൂട സ്ഥാപനങ്ങളെയും തകർക്കുകയുമാണ്.

സമ്പൂർണ്ണ സ്വേച്ഛാധിപത്യം

2019 മെയ് മാസത്തിൽ, വർദ്ധിച്ച ഭൂരിപക്ഷത്തോടെ അധികാരത്തിൽ തിരിച്ചുവന്ന ബി ജെ പി ഏകകക്ഷി സർവ്വാധിപത്യം സ്ഥാപിക്കുകയെന്ന ലക്ഷ്യമാണ് നിശ്ചയിച്ചിരിക്കുന്നത്. ഇത് സാദ്ധ്യമാക്കുന്നതിന് പ്രതിപക്ഷത്തിനുമേൽ സമ്പൂർണ്ണമായ കടന്നാക്രമണം ആവശ്യമാണ്. പ്രതിപക്ഷത്തിനു പാർലമെന്റിലുള്ള പങ്ക് ഒതുക്കപ്പെടുകയാണ്; തിരഞ്ഞെടുക്കപ്പെടുന്ന പ്രതിപക്ഷ സംസ്ഥാന സർക്കാരുകളെ എം എൽ എമാരെ വിലയ്ക്കെടുത്തും കേന്ദ്ര ഏജൻസികളെ ഉപയോഗിച്ചും അസ്ഥിരീകരിക്കുകയാണ്. എൻഫോഴ്സ്മെന്റ് ഡയറക്ടറേറ്റിനെയും (ഇ ഡി) സി ബി ഐയെയും ആദായനികുതിവകുപ്പിനെയും പ്രതിപക്ഷ നേതാക്കൾക്കും പ്രതിപക്ഷം ഭരിക്കുന്ന സംസ്ഥാന സർക്കാരുകളിലെ മന്ത്രിമാർക്കും എതിരായ ആയുധങ്ങളാക്കുകയാണ്.

പാർലമെന്റിന്റെ മൂല്യം കെടുത്തുന്നതും പാർലമെന്ററി നടപടിക്രമങ്ങളെ അവഹേളിക്കുന്നതും പ്രത്യേകിച്ചും മോദി ഗവൺമെന്റിന്റെ രണ്ടാമൂഴത്തിൽ അതിരൂക്ഷമായിരിക്കുകയാണ്. 2021 ൽ പാർലമെന്റ് 50 ദിവസം പോലും യോഗം ചേർന്നില്ല. നിയമനിർമ്മാണങ്ങളെ സംബന്ധിച്ച് ചർച്ചയൊന്നും നടക്കുന്നില്ലയെന്നു മാത്രമല്ല, അവതരിപ്പിക്കപ്പെടുന്ന ബില്ലുകളിന്മേൽ സൂക്ഷ്മപരിശോധന തന്നെ ഉണ്ടാകുന്നില്ല. യു പി എ ഗവൺമെന്റിന്റെ കാലത്ത് ലോക്സഭയിൽ 60 ശതമാനം മുതൽ 70 ശതമാനം വരെ ബില്ലുകൾ സ്റ്റാൻഡിങ് കമ്മിറ്റിയുടെ പരിശോധനയ്ക്ക് വിട്ടിരുന്നത് മോദി ഗവൺമെന്റിന്റെ ഒന്നാമൂഴത്തിൽ 22 ശതമാനമായും രണ്ടാമൂഴത്തിൽ വെറും 13 ശതമാനമായും കുറഞ്ഞിരിക്കുന്നു. വിഷയങ്ങൾ ഉന്നയിക്കാനും നിയമനിർമ്മാണപ്രക്രിയയ്ക്കിടയിൽ വോട്ടെടുപ്പിനായ് പ്രസ് ചെയ്യാനുമുള്ള പ്രതിപക്ഷത്തിന്റെ അവകാശം നിഷേധിച്ചുകൊണ്ട് ഇത് കൂടുതൽ രൂക്ഷമായിരിക്കുകയാണ്. ഉപരിസഭയിൽ ബില്ലുകളുടെ സൂക്ഷ്മ പരിശോധനയും വോട്ടെടുപ്പും ഒഴിവാക്കുന്നതിനായി പല നിയമനിർമ്മാണനടപടികളെയും മണിബില്ലുകളായി പ്രഖ്യാപിച്ചുകൊണ്ട് രാജ്യസഭയുടെ പദവിയെയും തരംതാഴ്ത്തുകയാണ്.

ഭരണഘടന പരിപാവനമായി ഉയർത്തിപ്പിടിച്ചിട്ടുള്ള പൗരരുടെ ജനാധിപത്യാവകാശങ്ങളും പൗരസ്വാതന്ത്ര്യങ്ങളും ചവിട്ടിമെതിക്കപ്പെടുന്നതിനിടയാക്കുന്നതാണ് ഈ സ്വേച്ഛാധിപത്യ നീക്കം.

ഭിന്നാഭിപ്രായങ്ങളുടെ ക്രിമിനൽവല്ക്കരണവും പൗരസ്വാതന്ത്ര്യങ്ങളുടെ അടിച്ചമർത്തലുമാണ് സ്വേച്ഛാധിപത്യ വാഴ്ചയുടെ മുഖമുദ്ര. നിയമവിരുദ്ധ പ്രവർത്തനങ്ങൾ (തടയൽ) നിയമവും (യു എ പി എ) രാജ്യദ്രോഹവകുപ്പും പോലെയുള്ള കിരാതമായ നിയമങ്ങൾ ഉപയോഗിക്കുന്നതിലൂടെ ഇത് അഭൂതപൂർവ്വമായ ഉയരങ്ങളിൽ എത്തിയിരിക്കുകയാണ്.

2014 നും 2020 നും ഇടയ്ക്കായി, ഏഴ് വർഷത്തിനിടയിൽ യു എ പി ഐ പ്രകാരം ഏകദേശം 690 കേസുകളാണ് രജിസ്റ്റർ ചെയ്തിട്ടുള്ളത്; 10,552 ആളുകളെ ഈ നിയമത്തിലെ വ്യവസ്ഥകൾ പ്രകാരം അറസ്റ്റ് ചെയ്തിട്ടുമുണ്ട്. ഇതിൽ രാഷ്ട്രീയ പ്രവർത്തകരും പൗരാവകാശ പ്രവർത്തകരും മാധ്യമപ്രവർത്തകരും എഴുത്തുകാരുമെല്ലാം ഉൾപ്പെടുന്നു. 16 പ്രമുഖ ആക്ടിവിസ്റ്റുകളും ബുദ്ധിജീവികളും യു എ പി എ പ്രകാരം മൂന്നു വർഷമായി ജയിലിൽ കഴിയുന്ന ഭീമ കൊറേഗാവ് കേസ് ആണ് ഇതിന്റെ ഉത്തമ ഉദാഹരണം.

ജുഡീഷ്യറി സ്വതന്ത്രമായി പ്രവർത്തിക്കുകയും എക്സിക്യൂട്ടീവിന്റെ അതിക്രമങ്ങൾക്ക് കടിഞ്ഞാണിടുകയും ചെയ്യാതിരിക്കുന്നതാണ് സ്വേച്ഛാധിപത്യവാഴ്ചയുടെ നൈസർഗ്ഗികമായ പ്രത്യേകത. സുപ്രീം കോടതി കൂടുതൽ കൂടുതലായി എക്സിക്യൂട്ടീവ് കോടതിയെപോലെ പെരുമാറാൻ തുടങ്ങി. സാക്കിയ ജഫ്രി കൊടുത്ത അപ്പീലിൽ സുപ്രീം കോടതി അടുത്തയിടെ പുറപ്പെടുവിച്ച വിധിയും കള്ളപ്പണം വെളുപ്പിക്കൽ തടയൽ നിയമപ്രകാരം (PMLA) ഇ ഡിക്കുള്ള അധികാരവും അധികാര പരിധിയും സംബന്ധിച്ച വിധിയും വെളിപ്പെടുത്തുന്നത് ഈ രാജ്യത്തെ അത്യുന്നത കോടതി എക്സിക്യൂട്ടീവിന്റെ കടന്നാക്രമങ്ങളിൽനിന്ന് പൗരരുടെ ജീവനും സ്വാതന്ത്ര്യവും സംരക്ഷിക്കുന്നതിൽ വീഴ്ച വരുത്തിയിരിക്കുന്നതെങ്ങനെയെന്നാണ്.

കഴിഞ്ഞ 75 വർഷങ്ങളിലേക്ക് നാം തിരിഞ്ഞു നോക്കുകയാണെങ്കിൽ ജനാധിപത്യത്തിനു നേരെയുള്ള ഏറ്റവും വലിയ ആക്രമണം സംഭവിച്ചത് 1975 ജൂണിൽ ഇന്ദിരാഗാന്ധി ആഭ്യന്തര അടിയന്തരാവസ്ഥ അടിച്ചേല്പിച്ചതാണ്. സ്വേച്ഛാധിപത്യ വാഴ്ചയുടെ ഈ കാലഘട്ടം കണ്ടത് പ്രതിപക്ഷനേതാക്കളെ ജയിലിലടച്ചതും പൗരാവകാശങ്ങൾ സസ്പെൻഡ് ചെയ്തത് പത്രങ്ങൾക്കുമേൽ സെൻസർഷിപ്പ് ഏർപ്പെടുത്തിയതുമാണ്. എന്നാൽ ഇത് 20 മാസം മാത്രമാണ് നിലനിന്നത്; അതിനെത്തുടർന്നുവന്ന പാർലമെന്റ് തിരഞ്ഞെടുപ്പിൽ ജനങ്ങൾ കോൺഗ്രസ് പാർട്ടിയെ തിരസ്കരിച്ചു.

ഇപ്പോൾ ജനാധിപത്യത്തിനു നേരെ നടക്കുന്ന കടന്നാക്രമണം കൂടുതൽ ഗുരുതരമാണ്; സമഗ്രവുമാണ്. ജനാധിപത്യത്തിന് അംഗഭംഗം വരുത്തിയും മതനിരപേക്ഷതയെയും ഫെഡറലിസത്തെയും തകർത്തും റിപ്പബ്ലിക്കിന്റെ സ്വഭാവത്തെ മാറ്റാനാണ് ശ്രമം നടക്കുന്നത്.

ജനാധിപത്യത്തെ ശ്വാസം മുട്ടിച്ചുകൊല്ലുന്ന സ്വേച്ഛാധിപത്യത്തിന്റെ ക്രൂരമായ ഈ രൂപം എന്തുകൊണ്ടാണ് രാജ്യത്തിനുമേൽ പിടിമുറുക്കിയത്? ഇതൊരു വഴിതെറ്റലോ യാദൃച്ഛികമായ ഒരു വഴിത്തിരിവോ അല്ല, ഒരു വ്യക്തിയുടെ സ്വേച്ഛാധിപത്യപ്രവണതയായി ആരോപിക്കാനും കഴിയില്ല. സ്വേച്ഛാധിപത്യത്തിലേക്കുള്ള ഈ പരിണതിക്കിടയാക്കിയ ശക്തികളുടെ സംയോജനത്തെക്കുറിച്ച് നാം മനസ്സിലാക്കേണ്ടതുണ്ട്.

രാഷ്ട്രീയ ജനാധിപത്യത്തെ സംബന്ധിച്ച് അംബേദ്കർ

ഭരണഘടന അംഗീകരിച്ച കാലത്ത്, സാമൂഹികവും സാമ്പത്തികവുമായ ജനാധിപത്യം കൂടാതെ രാഷ്ട്രീയ ജനാധിപത്യത്തിന് വിജയിക്കാനാവില്ലയെന്ന് ഡോ. ബി ആർ അംബേദ്കർ താക്കീത് ചെയ്തു. "ഇന്ത്യയിലെ ജനാധിപത്യം ഇന്ത്യൻ മണ്ണിനുമേലുള്ള ഒരു പുറംപൂച്ച് മാത്രമാണ്; അതാകട്ടെ ജനാധിപത്യ വിരുദ്ധമാണെന്നത് അനിഷേദ്ധ്യമായ വസ്തുതയാണ്."

പതിറ്റാണ്ടുകൾകൊണ്ട് 'തിരഞ്ഞെടുപ്പ് ജനാധിപത്യം' പുഷ്ടിപ്പെട്ടപ്പോൾതന്നെ, സാമ്പത്തികവും സാമൂഹികവുമായ ജനാധിപത്യത്തിനായുള്ള നീക്കം വഴിവക്കിൽ ഉപേക്ഷിക്കപ്പെട്ടു. ഭരണവർഗ്ഗങ്ങൾ പിന്തുടർന്ന മുതലാളിത്ത വികസനപാത വർഗ്ഗപരമായ അസമത്വങ്ങളും പ്രാദേശിക അസമത്വങ്ങളും വർദ്ധിപ്പിച്ചു. മൂന്ന് ദശകങ്ങൾക്കുമുൻപ് നവലിബറൽ നയങ്ങളുടെ വരവ് സാമ്പത്തിക അസമത്വം അതീവഗുരുതരമാകുന്നതിനിടയാക്കുകയാണ്; അതിസമ്പന്നരുടെ കൈകളിൽ ഭീകരമായ വിധത്തിലുള്ള സ്വത്തിന്റെ കുമിഞ്ഞുകൂടലോടുകൂടിയ ധനാധിപത്യത്തിന്റെ ദൃഢീകരണവുമാണ് സംഭവിച്ചുകൊണ്ടിരിക്കുന്നത്.

സാമൂഹിക വശത്തുനിന്നു നോക്കുമ്പോൾ, ഭൂപ്രഭുത്വവുമായും മുതലാളിത്തപൂർവ്വബന്ധങ്ങളുമായും സന്ധി ചെയ്തിട്ടുള്ള ബൂർഷ്വാസി ജാതിപരമായ അടിച്ചമർത്തലും അനീതി നിറഞ്ഞ സാമൂഹികക്രമവും അവസാനിപ്പിക്കാൻ ഔപചാരികമായ ശ്രമങ്ങൾ മാത്രമേ നടത്തിയിട്ടുള്ളൂ.

ആയതിനാൽ അംബേദ്കർ ദീർഘദൃഷ്ടിയോടു കൂടി നിരീക്ഷിച്ചിട്ടുള്ളതുപോലെ, രാഷ്ട്രീയ ജനാധിപത്യവും വർദ്ധിച്ചുവരുന്ന സാമൂഹിക-സാമ്പത്തിക അസമത്വവും തമ്മിലുള്ള വൈരുദ്ധ്യം കുറച്ചുകഴിയുമ്പോൾ മൂർദ്ധന്യാവസ്ഥയിലെത്തും.

ഡോ. അംബേദ്കറുടെ ഈ വിശകലനം ഇന്ത്യയിലെ മാർക്സിസ്റ്റുകളുടെ വിശകലനവുമായി ഏറ്റവുമധികം ഒത്തുപോകുന്നുവെന്നത് ശ്രദ്ധേയമാണ്. തുടക്കം മുതൽ തന്നെ സി പി ഐ (എം) സ്വീകരിച്ചിരുന്ന നിലപാട് സാമൂഹിക ബന്ധങ്ങളുടെയും കാർഷിക ബന്ധങ്ങളുടെയും സമൂലവും ജനാധിപത്യപരവുമായ പരിവർത്തനം നടപ്പാക്കുന്നതിലുണ്ടാകുന്ന വീഴ്ച ആധുനിക ബൂർഷ്വാ ജനാധിപത്യസമൂഹമാക്കി രാജ്യത്തെ വികസിപ്പിക്കുന്നതിന് തടസ്സമായി നില്ക്കുന്നുവെന്നാണ്. നവലിബറലിസത്തിന്റെ കടന്നാക്രമണവും ഹിന്ദുത്വ ഭൂരിപക്ഷവാദപരമായ വർഗ്ഗീയതയുടെ വളർച്ചയും സാമൂഹികവും സാമ്പത്തികവുമായ നീതിയുടെ മരണമണി മുഴക്കും; ഇത് ജനാധിപത്യത്തിന്റെ കടയ്ക്കൽ കത്തിവയ്ക്കുന്നതിനും സ്വേച്ഛാധിപത്യത്തിന് അകമ്പടി സേവിക്കുന്നതിനും ഇടയാക്കും.

നവലിബറലിസം ജനാധിപത്യത്തിന് മൂക്കുകയറിടുന്നു

ജനങ്ങൾക്കും അവരുടെ അവകാശങ്ങൾക്കും മീതെ കമ്പോളത്തെ പ്രതിഷ്ഠിച്ചുകൊണ്ട് നവലിബറലിസം ജനാധിപത്യത്തെ സങ്കുചിതമാക്കുകയും നിയന്ത്രിക്കുകയും ചെയ്യുന്നു. വൻകിട മൂലധനം രാഷ്ട്രീയ സംവിധാനത്തെ ആക്രമിക്കുകയാണ്; എല്ലാ ബൂർഷ്വാ രാഷ്ട്രീയ പാർട്ടികളും പണാധിപത്യത്തിനു കീഴടങ്ങിയിരിക്കുകയുമാണ്. ഇത് പാർലമെന്ററി സമ്പ്രദായത്തെ കാർന്നുതിന്നുകയാണ്.

സി പി ഐ (എം) പരിപാടിയിൽ പ്രസ്താവിച്ചിട്ടുള്ള കാര്യം നാം എപ്പോഴും ഓർമ്മിക്കേണ്ടതുണ്ട്; "പാർലമെന്ററി സംവിധാനത്തിനും ജനാധിപത്യത്തിനുമുള്ള ഭീഷണി വരുന്നത് അദ്ധ്വാനിക്കുന്ന ജനങ്ങളിൽ നിന്നും അവരുടെ താല്പര്യങ്ങൾ പ്രതിനിധാനം ചെയ്യുന്ന പാർട്ടികളിൽ നിന്നുമല്ല. ആ ഭീഷണി വരുന്നത് ചൂഷകവർഗ്ഗങ്ങളിൽ നിന്നാണ്. തങ്ങളുടെ സങ്കുചിതതാല്പര്യങ്ങൾ സംരക്ഷിക്കുന്നതിനുള്ള ഉപകരണമാക്കി പാർലമെന്ററി സംവിധാനത്തെ മാറ്റിക്കൊണ്ട് അതിനുള്ളിൽ നിന്നും പുറത്തുനിന്നും ആ സംവിധാനത്തെ തകർക്കുന്നത് ചൂഷകവർഗ്ഗങ്ങൾ തന്നെയാണ്."

ഹിന്ദുത്വ ശക്തികളുടെ ഉയർച്ചയും 2014 ൽ വ്യക്തമായ ഭൂരിപക്ഷത്തോടെ ബി ജെ പി അധികാരത്തിലെത്തിയതും ഇന്ത്യൻ രാഷ്ട്രീയത്തിൽ ഗുണാത്മകമായ ഒരു ചുവടുമാറ്റം കൊണ്ടുവന്നു. ആർ എസ് എസിന്റെ ഫാസിസ്റ്റ് സ്വഭാവമുള്ള പ്രത്യയശാസ്ത്രത്തോടു താദാത്മ്യം പ്രാപിച്ചിട്ടുള്ള ഒരു പാർട്ടിയാണ് ഭരണകൂടാധികാരം കൈയാളുന്നത്. അവർ ഹിന്ദുഭൂരിപക്ഷവാദ (മെജോറിറ്റേറിയൻ) വാഴ്ച സ്ഥാപിക്കാനാണ് ആഗ്രഹിക്കുന്നത്. അത് ജനാധിപത്യത്തിനു വിരുദ്ധമാണ്; കാരണം, അത് ന്യൂനപക്ഷങ്ങൾക്ക് പൗരരെന്ന നിലയിലുള്ള തുല്യപദവിയും തുല്യ അവകാശങ്ങളും നിഷേധിക്കുന്നതാണ്.

മുസ്ലീങ്ങളെ ടാർജറ്റ് ചെയ്യുകയെന്ന ലക്ഷ്യത്തോടെ പ്രവർത്തിക്കുന്ന ഹിന്ദുത്വ സംഘടനകളുടെ ജാഗ്രതാ നടപടികളും (വിജിലന്റ് ആക്ഷൻസ്) ഭരണകൂടം മുൻകൈയെടുത്ത് നിർമ്മിക്കുന്ന നിയമങ്ങളും നാം കാണുകയാണ്; ഈ ജനവിഭാഗത്തെ നിരന്തരം ആക്രമിക്കുന്നതും ഭരണയന്ത്രം അവർക്കെതിരെ നടത്തുന്ന വേട്ടയാടലുകളും നാം കാണുന്നുണ്ട്. വാസ്തവത്തിൽ, ഉത്തർപ്രദേശ്, മദ്ധ്യപ്രദേശ്, ഗുജറാത്ത്, കർണ്ണാടകം എന്നിങ്ങനെ ബി ജെ പി അധികാരത്തിലുള്ള, സംസ്ഥാനങ്ങളിൽ ന്യൂനപക്ഷങ്ങൾ അക്ഷരാർത്ഥത്തിൽതന്നെ രണ്ടാംകിട പൗരരുടെ പദവിയിലേക്ക് തരം താഴ്ത്തപ്പെട്ടിരിക്കുകയാണ്.

ഹിന്ദുത്വ-കോർപ്പറേറ്റ് സഖ്യം

അങ്ങനെ സ്വേച്ഛാധിപത്യ നടപടികൾക്ക് ഊർജ്ജം പകരുകയാണ് കോർപ്പറേറ്റ്. ഹിന്ദുത്വ ശക്തികൾ ഊട്ടിയുറപ്പിച്ച കൂട്ടുകെട്ട്. നവലിബ

റൽ നയങ്ങൾ നടപ്പാക്കുന്നതിനും സമൂഹത്തിനുമേൽ ഹിന്ദുത്വ മൂല്യങ്ങൾ അടിച്ചേല്പിക്കുന്നതിനും ഒരേപോലെ അനിവാര്യമാണ് ശക്തികമായ സ്വേച്ഛാധിപത്യവാഴ്ച. നാല് ലേബർ കോഡുകൾ അംഗീകരിച്ചതിലൂടെ തൊഴിലാളിവർഗ്ഗത്തിന്റെ അവകാശങ്ങൾ വെട്ടിക്കുറയ്ക്കപ്പെട്ടിരിക്കുകയാണ്.

ഭരണഘടനയുടെ ആമുഖത്തിനുള്ളിൽ നിന്നു പ്രവർത്തിക്കുന്ന ഭരണകൂട സ്ഥാപനങ്ങളെയാകെ രൂപമാറ്റം വരുത്തുന്ന നടപടികളാണ് നടപ്പാക്കപ്പെട്ടുകൊണ്ടിരിക്കുന്നത്. സ്വേച്ഛാധിപത്യത്തിനായുള്ള മുന്നൊരുക്കം നടത്തുന്നത് രാഷ്ട്രീയ മണ്ഡലത്തിൽ മാത്രമല്ല, സാമൂഹിക-സാംസ്കാരിക രംഗങ്ങളിലും കൂടിയാണ്. കന്നുകാലികളെ കൊല്ലുന്നതിനും മാട്ടിറച്ചി കഴിക്കുന്നതിനും നിരോധനം ഏർപ്പെടുത്തുന്നത്, മോറൽ പൊലീസിങ്, ആർട്ടിസ്റ്റുകളെയും സാംസ്കാരിക ഉല്പന്നങ്ങളെയും ഹിന്ദുവിരുദ്ധമെന്ന് മുദ്രകുത്തുന്നത്, വിദ്യാഭ്യാസ സ്ഥാപനങ്ങൾക്കുമേലുള്ള നിയന്ത്രണം ഉപയോഗിച്ച് ഹിന്ദുത്വമൂല്യങ്ങൾക്കനുസൃതമായി അവയെ മാറ്റുന്നത്-ഇവയെല്ലാം തന്നെ സ്വേച്ഛാധിപത്യകടന്നാക്രമണത്തിന്റെ സവിശേഷതകളാണ്.

ജനാധിപത്യത്തിനായുള്ള പോരാട്ടം

സ്വാതന്ത്ര്യാനന്തരം 75 വർഷം പിന്നിടുന്ന വേളയിൽ ഇന്ത്യയിലെ ജനാധിപത്യം നിർണ്ണായകമായ ഒരു വഴിത്തിരിവിലാണ്. മോദി ഗവൺമെന്റ് സ്പഷ്ടമായും തെളിയിച്ചുകൊണ്ടിരുന്ന ഹിന്ദുത്വ സ്വേച്ഛാധിപത്യ വാഴ്ച നിലനില്ക്കുന്നത് ജനാധിപത്യത്തിനും ജനങ്ങളുടെ ജനാധിപത്യാവകാശങ്ങൾക്കും നേരെയുള്ള സ്ഥിരവും ശക്തവുമായ വെല്ലുവിളിയാണ്. ജനാധിപത്യവും ജനാധിപത്യാവകാശങ്ങളും സംരക്ഷിക്കുന്നതിനുള്ള പോരാട്ടം വരുംദിവസങ്ങളിൽ ആരംഭിക്കേണ്ടതാണ്. എന്നാൽ ജനാധിപത്യത്തിനായുള്ള സമരത്തെ ഹിന്ദുത്വത്തിനും നവലിബറലിസത്തിനുമെതിരായ സമരവുമായി ബന്ധിപ്പിക്കേണ്ടതുമുണ്ട്.

തൊഴിലാളിവർഗ്ഗത്തെ സംബന്ധിച്ചിടത്തോളം ജനാധിപത്യത്തിനായുള്ള പോരാട്ടം നിർണ്ണായകമാണ്; അതിന്റെ പ്രാധാന്യത്തെ സംബന്ധിച്ച് റോസാലക്സംബർഗ്ഗ് സ്പഷ്ടമായും ഇങ്ങനെ പറഞ്ഞിട്ടുണ്ട്:

> ജനാധിപത്യ ബൂർഷ്വാസിക് ഭാഗികമായി ഉപരിപ്ലവവും ഭാഗികമായി പ്രശ്നമുണ്ടാക്കുന്നതുമാണെങ്കിൽ, തൊഴിലാളിവർഗ്ഗത്തെ സംബന്ധിച്ച് അത് അവശ്യം വേണ്ടതും അനുപേക്ഷണീയവുമാണ്. ഒന്നാമതായി, ബൂർഷ്വാ സമൂഹത്തെ പരിവർത്തനപ്പെടുത്തുന്നതിനുള്ള പ്രേരകശക്തിയും ആധാരബിന്ദുവുമെന്ന നിലയിൽ തൊഴിലാളി വർഗ്ഗത്തിന് പ്രയോജനകരമായ രാഷ്ട്രീയ രൂപങ്ങൾ (സ്വയം ഭരണസർക്കാർ, തിരഞ്ഞെടുപ്പ് അവകാശം തുടങ്ങിയവ) സൃഷ്ടിക്കുന്നതാണ് ജനാധിപത്യം എന്നതുകൊണ്ടാണ് അത്

> അത്യാവശ്യമാകുന്നത്. എന്നാൽ, രണ്ടാമതായി ജനാധിപത്യത്തിനായുള്ള സമരത്തിനു മാത്രമേ തൊഴിലാളിവർഗ്ഗത്തെ സ്വന്തം വർഗ്ഗതാല്പര്യങ്ങളെക്കുറിച്ചും അതിന്റെ ചരിത്രപരമായ കടമകളെക്കുറിച്ചും ബോദ്ധ്യപ്പെടുത്താനാകൂ എന്നതുകൊണ്ടും ജനാധിപത്യം അനുപേക്ഷണീയമാണ്.

നവലിബറൽ വാഴ്ചയ്ക്കും ഹിന്ദുത്വ വർഗ്ഗീയതയ്ക്കുമെതിരായി ഏറ്റവും ഉറച്ച നിലപാടുള്ള ശക്തിയെന്ന നിലയിൽ ഇടതുപക്ഷം സ്വേച്ഛാധിപത്യ വിപത്തിനെതിരായി വിപുലമായി ജനകീയ-ജനാധിപത്യ ശക്തികളെയാകെ അണിനിരത്തുന്നതിൽ നിർണ്ണായക പങ്കുവഹിക്കേണ്ടതുണ്ട്.

സ്വതന്ത്ര ഇന്ത്യയെ സംബന്ധിച്ച തൊഴിലാളി വർഗ്ഗകാഴ്ചപ്പാട് യാഥാർത്ഥ്യ മാക്കാൻ സംയുക്തമായി മുന്നേറുക

ഹേമലത

ബ്രിട്ടീഷ് ഭരണത്തിൽനിന്നും ഇന്ത്യ സ്വതന്ത്രമായതിന്റെ 75 വർഷം പൂർത്തിയാവുകയാണ്. നമ്മുടെ രാജ്യത്തെ ജനങ്ങളുടെ-സ്ത്രീകൾ, പുരുഷന്മാർ, കുട്ടികൾ, തൊഴിലാളികൾ, കർഷകർ, മറ്റിതര വിഭാഗങ്ങൾ എന്നിവരുടെയെല്ലാം-സ്വന്തം ജീവനുൾപ്പെടെ സർവ്വതും ബലിയർപ്പിച്ചുകൊണ്ടുള്ള സമരത്തിന്റെ ഫലമായിരുന്നു നമ്മുടെ സ്വാതന്ത്ര്യം. ബ്രിട്ടീഷ് കോളനി വാഴ്ചക്കെതിരെ അവർ ധീരോദാത്തം പൊരുതുമ്പോൾ എന്തായിരുന്നു അവരുടെ കാഴ്ചപ്പാട്? 'സൂര്യൻ അസ്തമിക്കാത്ത' ഒരു കാലത്ത് ലോകത്തിലെ ഏറ്റവും കരുത്തുറ്റ സാമ്രാജ്യത്തോട് പൊരുതിയ ജനങ്ങളുടെ ആശയാഭിലാഷങ്ങളും സ്വപ്നങ്ങളും സാക്ഷാൽക്കരിക്കാനുള്ള ശരിയായ വഴിത്താരയിലാണോ നാം എന്ന് തിരിഞ്ഞുനോക്കാനും പരിശോധിക്കാനും എഴുപത്തിയഞ്ച് വർഷമെന്നത് വേണ്ടത്ര നീണ്ടകാലമാണ്.

നിസ്സഹകരണ പ്രസ്ഥാനത്തിൽ സജീവമായി പങ്കെടുത്ത ബോംബെയിലെ അക്ഷരാഭ്യാസമില്ലാത്ത ഒരു ടെക്സ്റ്റൈൽ മിൽ തൊഴിലാളി വിശദീകരിച്ചതുപോലെ, തൊഴിലാളികളെ സംബന്ധിച്ചിടത്തോളം 'സ്വരാജി'ന്റെ അർത്ഥം കടബാദ്ധ്യതകളിൽനിന്നും തൊഴിലുടമകളുടെ മനുഷ്യത്വരഹിതമായ പെരുമാറ്റത്തിൽനിന്നും മർദ്ദനത്തിൽ നിന്നുമുള്ള സ്വാതന്ത്ര്യമെന്നാണ്. സ്വതന്ത്ര ഇന്ത്യയിലെ ഗവൺമെന്റ് തങ്ങളുടെ കൂലി വർദ്ധനയും തൊഴിൽ സാഹചര്യങ്ങൾ മെച്ചപ്പെടുത്തലും തൊഴിലാളികളെ മനുഷ്യത്വരഹിതമായി അടിച്ചമർത്തുന്നത് അവസാനിപ്പിക്കലും ഉറപ്പാക്കുന്നതിനുള്ള നിയമനിർമ്മാണം നടത്തുമെന്നാണ് തൊഴിലാളികൾ

പ്രതീക്ഷിച്ചത്. റൗലറ്റ് ആക്ടും ബ്രിട്ടീഷുകാരുടെ മറ്റുനടപടികളും അനുസരിച്ച് അഭിപ്രായപ്രകടനത്തിനും സംഘം ചേരുന്നതിനും കൂട്ടായ വിലപേശലിനും പ്രക്ഷോഭത്തിനുമുള്ള സ്വാതന്ത്ര്യം നിഷേധിച്ചതിൽ രോഷാകുലരായ തൊഴിലാളികൾ, സ്വതന്ത്ര ഇന്ത്യയിൽ ഈ സ്വാതന്ത്ര്യങ്ങളെല്ലാം തങ്ങൾക്കുലഭിക്കുമെന്ന പ്രതീക്ഷയിൽ വൻതോതിൽ സ്വാതന്ത്ര്യസമരത്തിൽ പങ്കെടുത്തു. കൊളോണിയൽ അടിച്ചമർത്തലിൽനിന്നും ചൂഷണത്തിൽനിന്നും സ്വതന്ത്രമാകുന്നതോടെ ഇന്ത്യ സ്വാശ്രയ രാജ്യമായും വ്യാവസായികമായി പുരോഗമിച്ച രാജ്യമായും മാറുമെന്നും എല്ലാവർക്കും അന്തസ്സുള്ള തൊഴിലവസരങ്ങൾ ലഭിക്കുമെന്നും നിരക്ഷരതയും ദാരിദ്ര്യവും പട്ടിണിയും നിർമ്മാർജ്ജനം ചെയ്യപ്പെടുമെന്നും ജനങ്ങൾ വിശ്വസിച്ചു.

അദ്ധ്വാനിക്കുന്ന ജനതയുടെ ഭീമമായ പങ്കാളിത്തത്തോടുകൂടിയ വമ്പിച്ച പണിമുടക്കുകളും പ്രക്ഷോഭങ്ങളും സ്വാതന്ത്ര്യസമരത്തിന്റെ ഭാഗമായി നടന്നുവെന്നിരിക്കെ, ബ്രിട്ടീഷുകാരെ മാറ്റി പകരം അധികാരത്തിൽ എത്തിയവർ ജനങ്ങളുടെ ആശയാഭിലാഷങ്ങൾ പ്രതിഫലിപ്പിക്കുന്ന നിയമനിർമ്മാണങ്ങൾ നടത്തുകയും നയങ്ങൾക്ക് രൂപം നല്കുകയും ചെയ്യേണ്ടതായിരുന്നു. സ്വാതന്ത്ര്യത്തിനുശേഷമുള്ള ആദ്യവർഷങ്ങളിൽ നിശ്ചയമായും ഇത്തരത്തിലുള്ള നിരവധി നടപടികൾ സ്വീകരിച്ചിരുന്നു.

അംബേദ്കർ കരട് എഴുതി തയ്യാറാക്കിയ ഭരണഘടന, 1949 നവംബർ 26 ന് "നാം, ഇന്ത്യയിലെ ജനങ്ങൾ" അംഗീകരിക്കുകയും 1950 ജനുവരി 26 ന് പ്രാബല്യത്തിൽ വരുകയും ചെയ്ത നമ്മുടെ ഭരണഘടന ഇത്തരത്തിൽ ജനങ്ങളുടെ ആശയാഭിലാഷങ്ങളുടെ ആവിഷ്കരണമാണ്.

"ഇന്ത്യയെ പരമാധികാര സോഷ്യലിസ്റ്റ് മതനിരപേക്ഷ, ജനാധിപത്യ റിപ്പബ്ലിക് ആക്കി മാറ്റുന്നതിനും ഇന്ത്യയിലെ എല്ലാ പൗരർക്കും സാമൂഹികവും സാമ്പത്തികവും രാഷ്ട്രീയവുമായ നീതിയും അഭിപ്രായപ്രകടനത്തിനും ആശയാവിഷ്കാരത്തിനും വിശ്വസിക്കുന്നതിനും വിശ്വാസങ്ങൾ വച്ചുപുലർത്താനും ആരാധിക്കാനുമുള്ള സ്വാതന്ത്ര്യവും എല്ലാവർക്കും തുല്യപദവിയും അവസരവും ഉറപ്പാക്കുന്നതിനും ദൃഢനിശ്ചയം പ്രഖ്യാപിച്ചിട്ടുള്ളതാണ് ഈ ഭരണഘടന.

ഭരണഘടനയിലെ സംസ്ഥാനനയം (സ്റ്റേറ്റ് പോളിസി) സംബന്ധിച്ച നിർദ്ദേശക തത്ത്വങ്ങൾ 'സംസ്ഥാനങ്ങൾ പിന്തുടരേണ്ട നയങ്ങൾ സംബന്ധിച്ച ചില തത്ത്വങ്ങൾ' വിവരിക്കുന്നതാണ്. "എല്ലാ പൗരർക്കും വേണ്ടത്ര ഉപജീവന മാർഗ്ഗങ്ങൾക്കുള്ള അവകാശം, പൊതുനന്മയ്ക്ക് ഉതകുന്നവിധം സമൂഹത്തിലെ ഭൗതിക വിഭവങ്ങളുടെ ഉടമസ്ഥതയും നിയന്ത്രണവും, പൊതുജനങ്ങൾക്ക് ഹാനികരമായ സ്വത്തിന്റെയും

ഉല്പാദനോപാധികളുടെയും സാന്ദ്രീകരണത്തിനിടയാക്കാത്തവിധം സമ്പദ് വ്യവസ്ഥയെ പരിപാലിക്കുക, സ്ത്രീകൾക്കും പുരുഷന്മാർക്കും ഒരേപോലെ തുല്യ ജോലിക്ക് തുല്യകൂലി" എന്നിത്യാദികാര്യങ്ങളാണ് അവയിൽ ചിലത്.

നിർദ്ദേശക തത്ത്വങ്ങൾ നിബന്ധന ചെയ്യുന്ന മറ്റു ചില കാര്യങ്ങൾ: "സംസ്ഥാനം അതിന്റെ സാമ്പത്തികശേഷിയുടെയും വികാസത്തിന്റെയും പരിധിക്കുള്ളിൽനിന്ന് തൊഴിലിനും വിദ്യാഭ്യാസത്തിനുമുള്ള അവകാശം സംരക്ഷിക്കുന്നതിനുള്ള ഫലപ്രദമായ വ്യവസ്ഥകൾ നടപ്പാക്കണം; തൊഴിലില്ലായ്മ, വാർദ്ധക്യം, രോഗം, അംഗഭംഗമുണ്ടാക്കൽ, മറ്റ് അർഹമായ അപര്യാപ്തതകളുടെ കാര്യങ്ങളിലുമെല്ലാം പൊതുസഹായം ഉറപ്പാക്കുന്നതിനുള്ള വ്യവസ്ഥകളും നടപ്പാക്കണം." സാമ്പത്തികമായ സംഘാടനത്തിനായുള്ള അനുയോജ്യമായ നിയമനിർമ്മാണം വഴിയോ മറ്റേതെങ്കിലും വിധത്തിലോ എല്ലാ തൊഴിലാളികൾക്കും - കർഷകത്തൊഴിലാളികൾക്കും വ്യാവസായികത്തൊഴിലാളികൾക്കും - മറ്റുപണികൾ ചെയ്യുന്നവർക്കുമെല്ലാം-ജോലിയും ജീവിക്കാൻ വേണ്ടുന്ന കൂലിയും അന്തസ്സുറ്റ ജീവിതമാന നിലവാരവും ഒഴിവുവേളകളും സാമൂഹികവും സാംസ്കാരികവുമായ അവസരങ്ങളും സമ്പൂർണ്ണമായി അനുഭവിക്കാനുമുള്ള തൊഴിൽ സാഹചര്യങ്ങളും ഉറപ്പാക്കണമെന്നും അതിൽ തുടർന്നു പറയുന്നു.

1950 ൽ സ്വാതന്ത്ര്യം ലഭിച്ചയുടൻ പഞ്ചവത്സരപദ്ധതികളിലൂടെ സാമ്പത്തിക, സാമൂഹിക വികസനത്തിന് മേൽനോട്ടം വഹിക്കുന്നതിന് ആസൂത്രണ കമ്മീഷൻ സ്ഥാപിക്കുകയുണ്ടായി. ഫാക്ടറീസ് നിയമം, വ്യവസായ തർക്കപരിഹാരനിയമം, ഇ എസ് ഐ നിയമം, മിനിമം കൂലി നിയമം, ഇ പി എഫ് (പലവക വ്യവസ്ഥകൾ) നിയമം എന്നിവയ്ക്കു പുറമേ ബോണസ് നിയമം, പേയ്മെന്റ് ഓഫ് ഗ്രാറ്റുവിറ്റി നിയമം, കരാർ തൊഴിൽ (നിയന്ത്രണവും നിർമ്മാർജ്ജനവും) നിയമം, ഈക്വൽ റെമ്യൂണറേഷൻ നിയമം തുടങ്ങി നിരവധി നിയമനിർമ്മാണങ്ങൾ നടത്തി.

അതിനുപുറമേ, തുറമുഖ തൊഴിലാളികൾ, തോട്ടം തൊഴിലാളികൾ, ഖനിത്തൊഴിലാളികൾ, ബീഡിത്തൊഴിലാളികൾ, സിനിമാത്തൊഴിലാളികൾ, വർക്കിങ് ജേർണലിസ്റ്റുകൾ, സെയിൽസ് പ്രമോഷൻ ജീവനക്കാർ തുടങ്ങി വിവിധ മേഖലകളിലെ തൊഴിലാളികൾക്ക് അവരുടെ സംഘടിത സമരങ്ങളിലൂടെ ഓരോ മേഖലയ്ക്കും പ്രത്യേകമായുള്ള നിയമനിർമ്മാണത്തിനു സർക്കാരിനുമേൽ സമ്മർദ്ദം ചെലുത്താൻ കഴിഞ്ഞു.

സ്വാതന്ത്ര്യം ലഭിക്കുന്ന സമയത്ത് രാജ്യത്തിനു മുന്നിൽ രണ്ട് വിശാലമായ ബദൽ സാമ്പത്തിക വ്യാവസായിക നയങ്ങളാണുണ്ടായിരുന്നത്. അതിൽ ഒന്ന് സോവിയറ്റ് മാതൃകയിലുള്ള ആസൂത്രണമാണ് "രാജ്യത്ത്

പ്രധാനപ്പെട്ട വ്യവസായങ്ങളുടെ ദേശസാല്ക്കരണവും സഹകരണവും കൂട്ടുകൃഷിയും രാജ്യത്തിന്റെ ഭൗതികവിഭവങ്ങളുടെ സാമൂഹികവല്ക്കരണവും എന്ന തത്ത്വത്തെ അടിസ്ഥാനമാക്കിയുള്ള സോഷ്യലിസ്റ്റ് സമ്പദ്ഘടന നടപ്പാക്കണം" എന്ന് വാദിക്കുന്ന ഒരു പ്രമേയം ഭരണഘടനാ നിർമ്മാണസഭയിൽ ഒരു കോൺഗ്രസ് അംഗം സ്വകാര്യ അംഗത്തിന്റെ പ്രമേയമായി അവതരിപ്പിച്ചു. എന്നാൽ കോൺഗ്രസിന്റെ നേതൃത്വത്തിനുമേൽ വലിയ സ്വാധീനമുണ്ടായിരുന്ന ഇന്ത്യൻ വ്യവസായികൾക്ക് ഇത് സ്വീകാര്യമായിരുന്നില്ല. സമ്മർദ്ദംമൂലം ആ പ്രമേയം പിൻവലിക്കപ്പെട്ടു. രാജ്യത്തെ ഭരണവർഗ്ഗങ്ങൾ മുതലാളിത്ത പാത തിരഞ്ഞെടുത്തു.

ബി ജെ പിയുടെ മുൻരൂപമായ ജനസംഘത്തിന്റെ സ്ഥാപക നേതാക്കളിൽ ഒരാളും അന്നത്തെ വ്യവസായ-വിതരണവകുപ്പ് മന്ത്രിയുമായിരുന്ന ശ്യാമപ്രസാദ് മുഖർജി 1948 ൽ കോൺസ്റ്റിറ്റ്യൂവന്റ് അസംബ്ലിക്കു മുമ്പാകെ അവതരിപ്പിച്ച വ്യവസായ നയപ്രസ്താവനയ്ക്ക് 1944 ൽ അക്കാലത്തെ പ്രമുഖ വ്യവസായികൾ തയ്യാറാക്കി പ്രസിദ്ധീകരിച്ച ബോംബെ പ്ലാനിൽ മുന്നോട്ടുവെച്ച നിർദ്ദേശങ്ങളുമായിട്ടായിരുന്നു ചേർച്ച. 1956 ൽ പാർലമെന്റിൽ അവതരിപ്പിച്ച വ്യവസായ നയം, "സാമൂഹിക സാമ്പത്തിക നയത്തിന്റെ ലക്ഷ്യം സോഷ്യലിസ്റ്റ് മാതൃകയിലുള്ള സമൂഹമാണെന്ന് അംഗീകരിച്ചെങ്കിലും 'ഇപ്പോഴത്തെ സാഹചര്യ'ത്തിൽ ഗവൺമെന്റിനു മാത്രം കഴിയുന്നത്ര വൻതോതിലുള്ള നിക്ഷേപം ആവശ്യമായതും അനുപേക്ഷണീയവുമായ' വ്യവസായങ്ങൾ മാത്രമായിരിക്കും പൊതുമേഖലയിൽ എന്ന് വ്യക്തമാക്കിയിട്ടുമുണ്ട്. അതായത്, സ്വകാര്യ വ്യവസായികൾക്ക് നിക്ഷേപം നടത്താൻ കഴിയാത്തതോ അവയിൽനിന്ന് പെട്ടെന്ന് ലാഭമുണ്ടാക്കാനാവാത്തതുകൊണ്ട് നിക്ഷേപത്തിന് താല്പര്യമില്ലാത്തതോ ആയ ഭീമമായ നിക്ഷേപം ആവശ്യമായ വ്യവസായങ്ങൾ മാത്രം പൊതുമേഖലയിൽ സ്ഥാപിച്ചാൽ മതി.

നമ്മുടെ രാജ്യത്ത് പൊതുമേഖല സ്ഥാപിക്കപ്പെട്ടതിന്റെ പശ്ചാത്തലം ഇതാണ്. സ്വകാര്യ മേഖല നിക്ഷേപം നടത്താൻ തയ്യാറല്ലാതിരുന്ന വ്യവസായങ്ങളിൽ പൊതുനിക്ഷേപം നടത്തുകയും പിന്നീട് സ്വകാര്യമേഖല ഇത് ഏറ്റെടുക്കാൻ സന്നദ്ധമാകുമ്പോൾ അവർക്ക് കൈമാറുകയും ചെയ്യുക. 'സമത്വാധിഷ്ഠിതമായ വിതരണ'ത്തിനോടോ 'സോഷ്യലിസ്റ്റ് മാതൃകയിലുള്ള സമൂഹ'ത്തിനോടോ ഗവൺമെന്റിന് യാതൊരു താല്പര്യവുമുണ്ടായിരുന്നില്ല എന്നതാണ് യാഥാർത്ഥ്യം.

ഇന്ത്യ സ്വാതന്ത്ര്യം നേടിയത് ദീർഘകാലം നീണ്ടുനിന്ന കടുത്ത പോരാട്ടത്തിലൂടെയാണെങ്കിലും അതിൽ ലക്ഷക്കണക്കിന് തൊഴിലാളികളും മറ്റു സാധാരണ ജനങ്ങളും പങ്കെടുത്തിരുന്നെങ്കിലും സ്വാതന്ത്ര്യസമരത്തിനു നേതൃത്വം നല്കിയതും സ്വാതന്ത്ര്യാനന്തരം അധികാര

ത്തിൽ എത്തിയതുമായ പാർട്ടി വൻകിട മുതലാളിമാരുടെയും ഭൂപ്രഭു ക്കളുടെയും താല്പര്യങ്ങളാണ് പ്രതിനിധാനം ചെയ്തത്; തൊഴിലാളി വർഗ്ഗത്തിന്റെ താല്പര്യമല്ല എന്നതാണ് നാം ഓർമ്മിച്ചിരിക്കേണ്ടത്.

ആയതിനാൽ നിരവധി നിയമ നിർമ്മാണങ്ങൾ നടന്നിട്ടുണ്ടെങ്കിലും പകുതി മനസ്സോടെയാണ് അവയെല്ലാം നടപ്പാക്കപ്പെടുന്നത്. തൊഴിലാ ളികൾക്ക് ചില സംരക്ഷണങ്ങളും ചില ആശ്വാസങ്ങളും ജീവിതസാഹ ചര്യത്തിൽ കുറച്ച് അഭിവൃദ്ധിയും പ്രദാനം ചെയ്യുന്ന ഈ നിയമങ്ങളെല്ലാം സ്വാതന്ത്ര്യത്തിനു മുൻപും സ്വാതന്ത്ര്യാനന്തരവും തൊഴിലാളിവർഗ്ഗം നട ത്തിയ വമ്പിച്ച പോരാട്ടങ്ങളുടെ ഫലമാണ്. അവ നടപ്പിലാക്കാനും തൊഴിലാളികൾക്ക് ഫാക്ടറികളിലും തെരുവുകളിലും കോടതികളിലും പൊരുതേണ്ടതുമുണ്ടായിരുന്നു.

ഭരണവർഗ്ഗങ്ങൾ തെരഞ്ഞെടുത്ത മുതലാളിത്ത പാത രാജ്യത്തെ സാമ്പത്തികപ്രതിസന്ധികൾക്ക് വശംവദമാക്കി. ഇത്തരം പ്രതിസന്ധി കളുടെ ഭാരമാകെ തൊഴിലാളിവർഗ്ഗത്തിന്റെയും അദ്ധ്വാനിക്കുന്ന ജനവി ഭാഗങ്ങളുടെയും ചുമലിലേക്ക് മാറ്റാനാണ് എപ്പോഴും ശ്രമം നടക്കുന്നത്. പ്രതിസന്ധികളുണ്ടായിട്ടും വൻകിട ബിസിനസുകാർ പണം കുന്നുകൂ ട്ടുകയായിരുന്നു; തൊഴിലാളിവർഗ്ഗത്തിന് ഫാക്ടറികളുടെ അടച്ചുപൂട്ട ലിനെ നേരിടേണ്ടതായി വന്നു; അടിസ്ഥാനവേതനത്തിലും ക്ഷാമബത്ത യിലും വെട്ടിക്കുറവ് വരുത്തുന്നത് അവർക്ക് സ്വീകരിക്കേണ്ടതായി വന്നു; ബോണസ് വെട്ടിക്കുറയ്ക്കുന്നതും അംഗീകരിക്കേണ്ടതായിവന്നു. ഉത്തർ പ്രദേശിലെയും മദ്ധ്യപ്രദേശിലെയും കോടതികൾപോലും ബോണസ് നിയമത്തിൽ നിർദ്ദേശിച്ചതനുസരിച്ചുള്ള ബോണസ് നിഷേധിച്ചതിനെ ന്യായീകരിച്ചു. അദ്ധ്വാനഭാരം വർദ്ധിപ്പിക്കുകയും ചെയ്തു.

തൊഴിലാളിവർഗ്ഗം ഈ കടന്നാക്രമണങ്ങൾക്കു മുന്നിൽ വെറുതെ കീഴടങ്ങുകയായിരുന്നില്ല. രാജ്യത്തിന്റെ മിക്കവാറും എല്ലാ ഭാഗങ്ങളിലും സമരങ്ങളുടെ വലിയ വേലിയേറ്റങ്ങൾ തന്നെ ഉണ്ടായിരുന്നു. പല മേഖ ലകളിലും ഈ സമരങ്ങൾ സുദീർഘമായിരുന്നു. പശ്ചിമബംഗാളിലെ വ്യവസായ തൊഴിലാളികൾ, കാൺപൂരിലെയും തമിഴ്നാട്ടിലെയും ടെക്സ്റ്റൈൽ തൊഴിലാളികൾ, കേരളത്തിലെ പേപ്പർ മിൽ തൊഴിലാളി കൾ, ദക്ഷിണറെയിൽവെയിലെ ഫയർമേന്മാർ, പഞ്ചാബിലെയും ഹരി യാനയിലെയും റോഡ് ട്രാൻസ്പോർട്ട് തൊഴിലാളികൾ, ദുർഗ്ഗാപ്പൂരിലെ സ്റ്റീൽഫാക്ടറിത്തൊഴിലാളികൾ എന്നീ വിഭാഗങ്ങൾക്കൊപ്പം രാജ്യ ത്തിന്റെ മറ്റുഭാഗങ്ങളിലെ മറ്റു വ്യവസായങ്ങളിലെ ലക്ഷക്കണക്കിനു തൊഴിലാളികളും അടച്ചു പൂട്ടലിനെതിരായും ഉയർന്ന വേതനവും ക്ഷാമ ബത്തയും ആവശ്യപ്പെട്ടുകൊണ്ടും തൊഴിൽ സമയം കുറയ്ക്കുന്നതി നുവേണ്ടിയും ആട്ടോമേഷനെതിരായും മറ്റും പൊരുതി.

വ്യവസായത്തൊഴിലാളികൾ മാത്രമല്ല, മറിച്ച് വിവിധ മേഖലകളിലെ ജീവനക്കാരും തങ്ങളുടെ ആവശ്യങ്ങൾ നേടിയെടുക്കാനായി കടുത്ത പോരാട്ടം നടത്തി. അവയിൽ ഏറ്റവും ശ്രദ്ധേയമായത് ആവശ്യാനുസൃതമിനിമം വേതനവും 100 ശതമാനം ക്ഷാമബത്ത സമീകരണവും ആവശ്യപ്പെട്ടുകൊണ്ട് 1968 ൽ കേന്ദ്രഗവൺമെന്റ് ജീവനക്കാർ നടത്തിയ മഹത്തായ പണിമുടക്കാണ്. ഗവൺമെന്റിന്റെ സമീപനം ബ്രിട്ടീഷുകാരുടേതിൽനിന്നും അല്പവും വ്യത്യസ്തമായിരുന്നില്ല. വ്യാവസായികതർക്കങ്ങളിൽ പൊലീസ് സേനയെ ഉപയോഗിക്കുന്നത് സ്ഥിരം നടപടിയായി മാറി. തൊഴിലാളികൾക്കിടയിൽ ഭീകരതയുടേതായ ഒരന്തരീക്ഷം സൃഷ്ടിക്കുന്നതിന് ഗുണ്ടാസംഘങ്ങളെയും ഇറക്കിവിട്ടു. പണിമുടക്ക് നിരോധിക്കുന്നതിന് അവശ്യസർവ്വീസ് മെയിന്റനൻസ് ഓർഡിനൻസ് (എസ്മ) കൊണ്ടുവരികയും അതുപ്രകാരം പണിമുടക്കുന്നവരെയും പണിമുടക്കിന് പിന്തുണ നല്കുന്നവരെയും ജയിലിലടയ്ക്കുന്നതുൾപ്പെടെയുള്ള ശിക്ഷകൾ അടിച്ചേല്പ്പിക്കുകയുമുണ്ടായി. പൊലീസ് വെടിവെയ്പിൽ 15 ആളുകൾ കൊല്ലപ്പെട്ടു; നൂറുകണക്കിനാളുകൾക്ക് ഗുരുതരമായ പരിക്കേറ്റു. പല സംസ്ഥാനങ്ങളിലും സംസ്ഥാനസർക്കാർ ജീവനക്കാരും കേന്ദ്രസർക്കാർ ജീവനക്കാരുടേതിന് സമാനമായ വേതനവർദ്ധനയും ക്ഷാമബത്തയും ആവശ്യപ്പെട്ടുകൊണ്ട് ഉശിരൻ പണിമുടക്ക് സമരങ്ങൾ നടത്തി. ആട്ടോമേഷനെതിരെ എൽ ഐ സി ജീവനക്കാർ സുദീർഘമായ ഒരു സമരം നടത്തി. തങ്ങളുടെ ട്രേഡ് യൂണിയൻ അവകാശങ്ങളിന്മേൽ നിയന്ത്രണം ഏർപ്പെടുത്തുന്നതിനെതിരെ ബാങ്ക് ജീവനക്കാരും പണിമുടക്ക് നടത്തി.

ഈ പോരാട്ടങ്ങളിൽ ഏറ്റവും ശ്രദ്ധേയമായത് ഇരുപത് ലക്ഷത്തോളം റെയിൽവെ തൊഴിലാളികൾ പങ്കെടുത്ത, മൂന്ന് ആഴ്ച നീണ്ടുനിന്ന ഐതിഹാസികമായ പണിമുടക്കായിരുന്നു; ആവശ്യാധിഷ്ഠിത മിനിമം വേതനം, പൂർണ്ണസമീകരണത്തോടുകൂടിയ ക്ഷാമബത്ത, എട്ട് മണിക്കൂറിൽ കവിയാത്ത ജോലിസമയം, വ്യവസായതൊഴിലാളികളായി പരിഗണിക്കൽ, സമ്പൂർണ്ണ ട്രേഡ് യൂണിയൻ അവകാശം തുടങ്ങിയവ ആവശ്യപ്പെട്ടായിരുന്നു. റെയിൽവെ തൊഴിലാളികളുടെ പണിമുടക്ക്. അതിനെതിരെ ഗവൺമെന്റ് ഭീകരവാഴ്ച തന്നെ അഴിച്ചുവിട്ടു. സ്ത്രീകളെയും കുട്ടികളെയും പോലും ഒഴിവാക്കിയില്ല. ആയിരങ്ങൾ അറസ്റ്റ് ചെയ്യപ്പെട്ടു. തൊഴിലാളികളെ കൂട്ടത്തോടെ പിരിച്ചുവിട്ടു. പണിമുടക്ക് രാജ്യത്തിനുമേൽ ആകെ വമ്പിച്ച സാമ്പത്തിക-രാഷ്ട്രീയ പ്രത്യാഘാതങ്ങൾ സൃഷ്ടിച്ചു. 1975 ൽ ഇന്ദിരാഗാന്ധി ഗവൺമെന്റ് പ്രഖ്യാപിച്ച ആഭ്യന്തര അടിയന്തരാവസ്ഥയുടെ മുന്നോടിയായിരുന്നു അത്; അന്ന് തൊഴിലാളി

വർഗ്ഗം ഉൾപ്പെടെയുള്ള ജനങ്ങളുടെ എല്ലാ അടിസ്ഥാന അവകാശങ്ങളും കവർന്നെടുക്കുകയുണ്ടായി.

സ്വാതന്ത്ര്യാനന്തരം ഏതാനും ദശകങ്ങളിൽ ഈ നയങ്ങളുടെ അളവറ്റ നേട്ടങ്ങൾ അനുഭവിക്കുകയും ഭീമമായ തോതിൽ സ്വത്ത് ആർജ്ജിക്കുകയും ചെയ്ത വൻകിട മുതലാളിവർഗ്ഗം തങ്ങൾക്ക് ഇനിയും കൂടുതൽ സമ്പത്ത് നേടിയെടുക്കുന്നതിന് സമ്പദ്ഘടനയ്ക്കുമേൽ അധികമധികം നിയന്ത്രണം ആവശ്യപ്പെടാൻ ആരംഭിച്ചു. ഈ വർഗ്ഗങ്ങളുടെ താല്പര്യങ്ങളെ പ്രതിനിധാനം ചെയ്യുന്ന ഗവൺമെന്റ് ഭരണഘടനയിലെ പ്രഖ്യാപനങ്ങളിൽനിന്ന് അധികമധികം പിന്നോട്ടു പോകാൻ തുടങ്ങി. ഭരണഘടനയിലെ നിർദ്ദേശകതത്ത്വങ്ങളിൽനിന്ന് അധികമധികം മാറിപ്പോവുന്നതരത്തിൽ സർക്കാർ നയം മാറി.

തൊഴിലാളിവർഗ്ഗത്തിനും അദ്ധ്വാനിക്കുന്ന ജനങ്ങൾക്കും മേലുള്ള ആക്രമണങ്ങൾ ഔദ്യോഗികമായി നവലിബറൽ നയങ്ങളുടെ വരവോടെ കൂടുതൽ വർദ്ധിച്ചു. 1991 ലെ സാമ്പത്തിക പ്രതിസന്ധിയെ നവലിബറൽ നയങ്ങളിലേക്കു നീങ്ങുന്നതിന് ഉപയോഗിച്ചു; സമ്പദ്ഘടനയെ കമ്പോളശക്തികൾക്ക് കൈമാറുന്നതിനും തൊഴിലാളിവർഗ്ഗം പൊരുതി നേടിയ ആനുകൂല്യങ്ങളും അവകാശങ്ങളും കവർന്നെടുക്കുന്നതിനും കഴിയാത്തവിധം വ്യവസായനയം ഔദ്യോഗികമായി തന്നെ മാറ്റി. നവലിബറലിസത്തിന്റെ മുഖ്യ ലക്ഷ്യങ്ങളിലൊന്ന് വൻകിട മുതലാളിമാരെ എല്ലാ പൊതു സ്വത്തും കവർന്നെടുക്കാൻ അനുവദിക്കുന്ന സ്വകാര്യവല്ക്കരണത്തിനൊപ്പം തൊഴിലാളികളുടെ അവകാശങ്ങൾ വെട്ടിക്കുറയ്ക്കുന്നതിനും ചൂഷണം പരമാവധിയാക്കുന്നതിനും പര്യാപ്തമായവിധം ട്രേഡ് യൂണിയനുകളെ ദുർബ്ബലപ്പെടുത്തി തൊഴിലാളിവർഗ്ഗത്തിന്റെ സംഘടിത ശക്തി ഇല്ലാതാക്കലുമാണ്.

നവലിബറൽ നയങ്ങൾ ഔദ്യോഗികമായി ആരംഭിച്ചത് കോൺഗ്രസ് ഗവൺമെന്റ് ആയിരിക്കെതന്നെ, ബി ജെ പി നേതൃത്വത്തിലുള്ള ഗവൺമെന്റുകൾ സ്വന്തം വലതുപക്ഷ സ്വഭാവം പ്രകടമാക്കിക്കൊണ്ട് സ്വകാര്യവല്ക്കരണനയവും കമ്പോള ആനുകൂല നയങ്ങളും കൂടുതൽ ആക്രമണാത്മമായി നടപ്പാക്കി.

മോദിയുടെ നേതൃത്വത്തിലുള്ള ഇപ്പോഴത്തെ ബി ജെ പി ഗവൺമെന്റ് 2019 ൽ രണ്ടാം തവണ അധികാരത്തിൽ വന്നതോടെ ഈ നയങ്ങൾ നടപ്പാക്കാൻ കൂടുതൽ പ്രോത്സാഹനം ലഭിക്കുകയാണുണ്ടായത്. 'തൊഴിൽ നിയമപരിഷ്കാരങ്ങൾ' എന്ന ഓമനപ്പേരിൽ പ്രചരിക്കപ്പെടുന്ന ലേബർ കോഡുകൾ തൊഴിലാളികൾ കഷ്ടപ്പെട്ട് പൊരുതി നേടിയ അവകാശങ്ങൾ, പ്രത്യേകിച്ച് സംഘടിക്കുന്നതിനും കൂട്ടായി വിലപേശുന്നതിനും പ്രക്ഷോഭങ്ങൾ നടത്തുന്നതിനുമുള്ള അവകാശങ്ങൾ അവ

രിൽനിന്ന് തട്ടിയെടുക്കാനുള്ള നടപടികളല്ലാതെ മറ്റൊന്നുമല്ല. സ്വകാര്യവല്ക്കരണത്വര, നാഷണൽ മോണിറ്റൈസേഷൻ പൈപ്പ്ലൈൻ, നാഷണൽ ലാൻഡ് മോണിറ്റൈസേഷൻ പ്രോജക്ട് എന്നിവയെല്ലാം വൻകിട വ്യവസായികളുടെ 'ബോംബെ പ്ലാനി'ലെ തിരക്കഥയനുസരിച്ച് കൈക്കൊള്ളുന്ന നടപടികളാണ്; സ്വാതന്ത്ര്യത്തിനുശേഷമുള്ള കാലയളവിൽ അവർ വാരിക്കൂട്ടിയ സ്വത്തുകൊണ്ട് രാജ്യത്തിന്റെ സമ്പദ്ഘടനയെ ആകെ കൈപ്പിടിയിൽ ഒതുക്കാനുള്ള പ്രക്രിയയിൽ ഏർപ്പെട്ടിരിക്കുകയാണ് ഇപ്പോൾ ഈ വ്യവസായികൾ.

ഇതിനുപുറമെ ആർ എസ് എസ് നിയന്ത്രണത്തിലുള്ള മോദി ഗവൺമെന്റ് 'ഹിന്ദുരാഷ്ട്രം' സ്ഥാപിക്കുകയെന്ന 'ഹിന്ദുത്വ അജണ്ട' നഗ്നമായി പ്രോത്സാഹിപ്പിക്കുകയുമാണ്. മതം, ജാതി, പ്രദേശം, ഭാഷ തുടങ്ങിയവയുടെ അടിസ്ഥാനത്തിൽ സമൂഹത്തെ പല തട്ടുകളായി ധ്രുവീകരിക്കുന്നതിനും തൊഴിലാളിവർഗ്ഗത്തെയും അദ്ധ്വാനിക്കുന്ന ജനങ്ങളെയാകെയും ഭിന്നിപ്പിക്കുന്നതിനുമാണ് മോദി ഗവൺമെന്റ് ശ്രമിക്കുന്നത്. അങ്ങനെ, തൊഴിലാളികളുടെയും അദ്ധ്വാനിക്കുന്ന ജനങ്ങളുടെയും ഐക്യത്തെ തകർത്തുകൊണ്ടും അവരുടെ നീറുന്ന പ്രശ്നങ്ങളിൽ നിന്നും ശ്രദ്ധതിരിച്ചുകൊണ്ടും നവലിബറൽ നയങ്ങൾ നടപ്പാക്കുന്നതിനെതിരായ സംയുക്ത സമരങ്ങളെ ദുർബ്ബലപ്പെടുത്തിക്കൊണ്ടും നവലിബറൽ നയങ്ങൾ നിർബ്ബാധം നടപ്പിലാക്കാൻ അവസരമൊരുക്കുകയാണ്.

സ്വാതന്ത്ര്യസമരത്തിൽ തങ്ങളുടെ ജീവൻ ബലിയർപ്പിച്ച ജനങ്ങളുടെ ആശയാഭിലാഷങ്ങൾ പാടെ നിഷേധിക്കുന്ന നയങ്ങൾ നടപ്പിലാക്കിക്കൊണ്ട് 'ആസാദി കി അമൃത് മഹോത്സവ്' എന്ന പേരിട്ട് സ്വാതന്ത്ര്യത്തിന്റെ 75-ാം വാർഷികം മോദി ഗവൺമെന്റ് ആഘോഷിക്കുന്നതു തന്നെ വിരോധാഭാസമാണ്. ഭരണഘടനയിൽ ഉയർത്തിപ്പിടിച്ചിട്ടുള്ള എല്ലാ തത്ത്വങ്ങളിലും ഈ ഗവൺമെന്റ് വെള്ളം ചേർത്തിരിക്കുകയാണ്-എല്ലാ പൗരർക്കും വേണ്ടത്ര ഉപജീവനമാർഗ്ഗത്തിനുള്ള അവകാശം, മാന്യമായ ജീവിതനിലവാരത്തിനുവേണ്ട വേതനം (ലിവിങ് വേജ്), പൊതുനന്മയ്ക്കായി ഭൗതിക വിഭാഗങ്ങളുടെ നിയന്ത്രണം, സ്വത്തിന്റെ സാന്ദ്രീകരണം തടയൽ എന്നിവയെല്ലാം ഭരണഘടന ഉയർത്തിപ്പിടിക്കുന്ന തത്ത്വങ്ങളാണ്.

ബ്രിട്ടീഷ് കോളനിവാഴ്ചക്കെതിരെ പൊരുതിയ പാരമ്പര്യമുള്ള നമ്മുടെ രാജ്യത്തെ സംബന്ധിച്ചിടത്തോളം ഇപ്പോൾ നവലിബറൽ നയങ്ങൾക്കെതിരെ മാത്രമല്ല ആർ എസ് എസ് നയിക്കുന്ന വർഗ്ഗീയ, വിഘടന ഗൂഢനീക്കങ്ങൾക്കെതിരെയും വീണ്ടും കൂടുതൽ തീവ്രമായി സംയുക്ത സമരങ്ങൾ ഉയർത്തിക്കൊണ്ടുവരികയെന്നത് പരമപ്രധാനമാണ്. നവലിബറലിസത്തിന്റെ തുടക്കം മുതൽ അതിനെതിരെ തൊഴി

ലാളി വർഗ്ഗം നടത്തിവരുന്ന പോരാട്ടം കൂടുതൽ രൂക്ഷമാക്കേണ്ടതും അതിനെ വർഗ്ഗീയ വിഘടന ഗൂഢനീക്കങ്ങൾക്കെതിരായ പോരാട്ടവുമായി കണ്ണിചേർക്കേണ്ടതും അനുപേക്ഷണീയമാണ്. സ്വാതന്ത്ര്യത്തിനായുള്ള പോരാട്ടത്തിൽ തങ്ങളുടെ ജീവൻ ബലിയർപ്പിച്ച നമ്മുടെ പൂർവ്വ പിതാക്കളുടെ ആശയാഭിലാഷങ്ങളും സ്വപ്നങ്ങളും സാക്ഷാൽക്കരിക്കപ്പെടുന്നുവെന്ന് ഉറപ്പുവരുത്തുന്നതിനുള്ള ഒരേയൊരു മാർഗ്ഗം അതുമാത്രമാണ്. നമ്മുടെ സ്വാതന്ത്ര്യത്തിന്റെ 75-ാം വാർഷികം ആഘോഷിക്കുന്ന ഈ വേളയിൽ നാം എടുക്കേണ്ട പ്രതിജ്ഞ ഇതാണ്.

സംവാദപ്രിയരായ ഇന്ത്യാക്കാർ അതിജീവിക്കുമോ?

എം എ ബേബി

തന്റെ *സംവാദപ്രിയനായ ഇന്ത്യാക്കാരൻ* (The Argumentative Indian) എന്ന പ്രശസ്തകൃതിയിൽ പ്രൊഫ. അമർത്യാസെൻ ഇന്ത്യയിലെ ജനങ്ങളുടെ ഒരു സവിശേഷ സ്വഭാവവിശേഷത്തെക്കുറിച്ച്, ഏത് വിഷയത്തെക്കുറിച്ചായാലും വാദപ്രതിവാദങ്ങളിൽ ഏർപ്പെടുന്നതിനുള്ള താല്പര്യത്തെക്കുറിച്ച്, അന്വേഷിക്കുന്നു. താൻ മുന്നോട്ടുവയ്ക്കുന്ന ആശയം തെളിയിക്കുന്നതിനായി അദ്ദേഹം ബുദ്ധിസ്റ്റ് പാരമ്പര്യത്തിലേക്കും ചരിത്രപരമായ മറ്റുസ്രോതസ്സുകളിലേക്കും ആഴങ്ങളിൽ മുങ്ങിത്തപ്പുകയാണ്. ഇന്ന് 21-ാം നൂറ്റാണ്ടിന്റെ ആദ്യപാദം ഏതാണ്ട് പൂർത്തിയാകാറാവുകയും ഒപ്പം ബ്രിട്ടീഷ് കൊളോണിയൽ നുകത്തിൽനിന്നുള്ള ഇന്ത്യയുടെ സ്വാതന്ത്ര്യത്തിന്റെ 75-ാം വർഷത്തിലേക്ക് കടക്കുകയും ചെയ്യുമ്പോൾ ഭീകരമായ ഒരു ചോദ്യം നമ്മെ തുറിച്ചുനോക്കുകയാണ്. അമർത്യയുടെ സംവാദപ്രിയരായ ഇന്ത്യക്കാർക്ക് ഇനി എത്രകാലം സംവാദപ്രിയരായിരിക്കാനുള്ള സ്വാതന്ത്ര്യം അനുഭവിക്കാൻ കഴിയും?

വിഖ്യാത അഭിഭാഷകയും മനുഷ്യാവകാശങ്ങളും പൗരാവകാശങ്ങളും സംരക്ഷിക്കുന്നതിൽ മുന്നിൽ നില്ക്കുന്ന ധീരയോദ്ധാവും വർഗ്ഗീയതക്കെതിരായ ധീരയായ പോരാളിയുമായ ടീസ്റ്റാ സെതൽവാദും സമുന്നതനും ആദരണീയനുമായ റിട്ടയേർഡ് ഐ പി എസ് ഉദ്യോഗസ്ഥൻ ആർ ബി ശ്രീകുമാറും 2002 ലെ ഗുജറാത്ത് വംശഹത്യയിലെ ഇരകൾക്കായി വാദിക്കുകയും അവരുടെ കേസ് ഏറ്റെടുക്കുകയും ചെയ്തതിന്റെ പേരിൽ ഇപ്പോൾ ജയിലിൽ നരകയാതന അനുഭവിക്കുകയാണ്. തങ്ങളുടെ പരാതികൾക്ക് പരിഹാരം കാണാനായി കോടതിയെ സമീപിക്കാനുള്ള അവരുടെ ഭരണഘടനാപരമായ അവകാശം അനുസരിച്ച് ജുഡീ

ഷ്യറിയുടെ വാതിലിൽ മുട്ടിയതാണ് അവർ ചെയ്ത കുറ്റം. എന്നാൽ, വിചിത്രമെന്ന് പറയട്ടെ, അവർക്കെന്തെങ്കിലും സഹായം നല്കുന്ന കാര്യത്തിൽ സുപ്രീം കോടതി പരാജയപ്പെട്ടു. അതിനുപകരം ഇന്ത്യയിലെ പരമോന്നത കോടതി വിധിന്യായത്തിൽ പരാതിക്കാർക്കെതിരെ അസാധാരണവും നീതീകരിക്കാനാവാത്തതുമായ ചില നിരീക്ഷണങ്ങൾ നടത്തി; അതാണ് അവരെ അറസ്റ്റ് ചെയ്യാനും ജാമ്യം നിഷേധിക്കാനും ജയിലിലടയ്ക്കാനും പ്രതികാര ദാഹിയായ എക്സിക്യൂട്ടീവിന്റെ ഉപകരണങ്ങൾക്ക് കരുത്തുപകർന്നത്.

ഭിന്നാഭിപ്രായം പ്രകടിപ്പിക്കാനും വാദപ്രതിവാദത്തിനുമുള്ള ജനാധിപത്യാവകാശങ്ങളെ അംഗീകരിക്കാനും വിലമതിക്കാനും അധികാര കേന്ദ്രങ്ങൾ മർക്കടമുഷ്ടിയോടെ വിസമ്മതിക്കുന്നത് ഇന്ത്യയുടെ ഭരണഘടനയോടുള്ള അവഹേളനമാണ്. ഒരേ സമയം ഇതൊരു രാഷ്ട്രീയ പ്രശ്നവും സാംസ്കാരിക പ്രശ്നവുമാണ്. ബഹുമുഖവും അതീവശ്രദ്ധയോടുകൂടിയതുമായ പദ്ധതികളാണ് ഭൂരിപക്ഷ (മെജോറിട്ടേറിയൻ) വർഗ്ഗീയ ബ്രാഹ്മണിക്കൽ ഹിന്ദുരാഷ്ട്രം സ്ഥാപിക്കുന്നതിനായി ആസൂത്രണം ചെയ്യപ്പെടുന്നത്. ഈ പ്രോജക്ടിനെ ഒന്നാകെ സാംസ്കാരിക ദേശീയത സ്ഥാപിക്കുന്നതിനായുള്ള നീക്കമായി സിദ്ധാന്തവല്ക്കരിക്കുകയാണ്. ആർ എസ് എസിന്റെ യഥാർത്ഥലക്ഷ്യം-മതനിരപേക്ഷമല്ലാത്ത, ഫാസിസ്റ്റ് സ്വഭാവമുള്ള മതാധിഷ്ഠിത രാഷ്ട്രം സ്ഥാപിക്കുകയെന്ന ലക്ഷ്യം-മറച്ചുവയ്ക്കുന്നതിന് അവർ പടച്ചുണ്ടാക്കിയ ഒരു മൃദുഭാഷണം മാത്രമാണ്; എല്ലാത്തിനെയും ഉൾക്കൊള്ളുന്നതും നാനാത്വത്തെ അടിസ്ഥാനമാക്കിയതുമായ ജനാധിപത്യരാഷ്ട്രം എന്ന ആധുനികസങ്കല്പനത്തിന്റെ അടിവേരറുക്കുന്നതാണിത്.

ആർ എസ് എസ് പ്രത്യയശാസ്ത്രകാരനായ എം എസ് ഗോൾവാൾക്കർ (1906–1979) ഇങ്ങനെ എഴുതിയിരിക്കുന്നു:

> രാഷ്ട്രത്തിന്റെയും അതിന്റെ സംസ്കാരത്തിന്റെയും വിശുദ്ധി സൂക്ഷിക്കുന്നതിന് രാജ്യത്തെ സെമറ്റിക് വംശജരെ, ജൂതരെ ഉന്മൂലനം ചെയ്തുകൊണ്ട് ജർമ്മനി ലോകത്തെ ഞെട്ടിച്ചു. ദേശീയമായ അഭിമാനബോധം ഇവിടെ പ്രകടമാക്കപ്പെട്ടിരിക്കുകയാണ്. അടിത്തട്ടുവരെ വ്യത്യസ്തതകളോടുകൂടിയ വിവിധ വംശങ്ങളെയും സംസ്കാരങ്ങളെയും സംബന്ധിച്ചിടത്തോളം ഒരൊറ്റ കൂട്ടായ്മയായി സ്വാംശീകരിക്കുകയെന്നത് എത്രത്തോളം അസാദ്ധ്യമാണെന്ന് ജർമ്മനി നമുക്ക് കാണിച്ചുതരുന്നു; ഹിന്ദുസ്ഥാനിലെ നമ്മളെ സംബന്ധിച്ചിടത്തോളം പഠിക്കാനും നേട്ടമുണ്ടാക്കാനും പറ്റിയ മികച്ച പാഠമാണത്. (*നാം അഥവാ നമ്മുടെ ദേശീയത നിർവ്വചിക്കപ്പെടുന്നു*, പേജ് 43)

നമ്മുടെ ഭരണഘടനയുടെ വിലപ്പെട്ട മൂല്യങ്ങൾക്ക് വിരുദ്ധമായതാണ് സംസ്കാരത്തെയും രാഷ്ട്രത്തെയും സംബന്ധിച്ച ഗോൾവാൾക്കറുടെ വ്യാഖ്യാനത്തിലെ സങ്കല്പനം എന്ന് പറയേണ്ടതില്ലല്ലോ. ആദ്യ വാചകത്തിലെ മൂന്നുവാക്കുകൾ ശ്രദ്ധിക്കപ്പെടാതെ പോകരുത്- വിശുദ്ധി, രാഷ്ട്രം, സംസ്കാരം. 'സാംസ്കാരിക ദേശീയത' എന്ന പദപ്രയോഗം ജർമ്മനിയിലെ നാസി അനുഭവത്തെതുടർന്നു പടച്ചുണ്ടാക്കിയതാണെന്ന് വ്യക്തമാണ്.

ആർ എസ് എസിനാൽ നിയന്ത്രിക്കപ്പെടുകയും വഴികാട്ടപ്പെടുകയും ചെയ്യുന്ന ബി ജെ പി ഭരണം ഊന്നൽ നല്കുന്നത് ഹിന്ദുരാഷ്ട്രം എന്ന ആർ എസ് എസ് പ്രത്യയശാസ്ത്രത്തെ അടിസ്ഥാനമാക്കി സംസ്കാരത്തെ പുനർരൂപപ്പെടുത്താനായി സാംസ്കാരികമണ്ഡലത്തിൽ ഇടപെടുന്നതിനാണ്. ചരിത്രത്തെ വക്രീകരിക്കുകയും സ്കൂൾ വിദ്യാഭ്യാസത്തെയും സർവ്വകലാശാല വിദ്യാഭ്യാസത്തെയും വർഗ്ഗീയവല്ക്കരിക്കുകയും ചെയ്യുന്നതിനുപുറമേ, സ്വയംഭരണ പാരമ്പര്യവും പദവിയുമുള്ള വിവിധ അക്കാദമിക സ്ഥാപനങ്ങളിലും സാംസ്കാരിക സ്ഥാപനങ്ങളിലും സംഘടനകളിലുമുള്ള അവരുടെ കരുതിക്കൂട്ടിയുള്ള ഇടപെടലുകൾ കൃത്യമായി തെളിയിക്കപ്പെട്ടതാണ്.

ഇന്ത്യൻ സമൂഹത്തിന്റെ അതിസമ്പന്നമായ ജനാധിപത്യ പാരമ്പര്യംമൂലം അസന്ദിഗ്ദ്ധമായ ഭാഷയിൽ തങ്ങളുടെ ഭിന്നാഭിപ്രായം പ്രകടിപ്പിക്കാനും മുഖാമുഖം എതിരിടാനും ധൈര്യപ്പെടുന്ന ഒട്ടേറെ പണ്ഡിതരും ബുദ്ധിജീവികളും കലാകാരും എഴുത്തുകാരും സാംസ്കാരിക പ്രവർത്തകരും ഉണ്ടായിരുന്നു; ഇപ്പോഴും അത്തരം ഒട്ടേറെപ്പേരുണ്ട്. തർക്കിക്കാനും ഭിന്നാഭിപ്രായങ്ങൾ പ്രകടിപ്പിക്കാനും ധൈര്യപ്പെടുന്നവർക്കെതിരെ വിവിധ സേനകളുടെ തെറ്റിദ്ധാരണാജനകമായ പേരുകളോടുകൂടിയ ആർ എസ് എസിന്റെ വിവിധ തീവ്രവാദി-അക്രമി സംഘങ്ങളെ കെട്ടഴിച്ചുവിട്ടിരിക്കുകയാണ്. ഈ ക്രൂരകൃത്യങ്ങളിലൂടെ രാജ്യത്തിന് പ്രമുഖരായ നിരവധി പുത്രന്മാരെയും പുത്രിമാരെയുമാണ് നഷ്ടപ്പെട്ടത്. ഡോ. എം എം കൽബുർഗി, ഗോവിന്ദ് പൻസാരെ, നരേന്ദ്ര ധാബോൽക്കർ, ഗൗരി ലങ്കേഷ്, സ്ഥാൻസ്വാമി എന്നിവ അതിൽ ചില പേരുകൾ മാത്രം. 2015 ലെ അക്കാദമി അവാർഡുകൾ മടക്കിക്കൊടുക്കാനും വർഗ്ഗീയാടിസ്ഥാനത്തിലുള്ള കൊലപാതകങ്ങളും അക്രമസംസ്കാരവും വർദ്ധിച്ചുവരുന്നതിനെ പരസ്യമായി വിമർശിക്കാനുമുള്ള നയൻതാര സെഹ്ഗാളിന്റെയും സച്ചിദാനന്ദന്റെയും ഉദയ്പ്രകാശിന്റെയും ചമൽലാലിന്റെയും റഹ്മാൻ അബ്ബാസിന്റെയും മറ്റു നിരവധി പേരുടെയും ധീരമായ തീരുമാനത്തെ സ്മരിക്കുന്നതിനുള്ള പ്രാധാന്യമുണ്ട്.

സംഘപരിവാർ നയത്തിനൊത്ത് നില്ക്കാൻ വിസമ്മതിക്കുന്ന പ്രശസ്തരായ ബുദ്ധിജീവികളെയും മനുഷ്യാവകാശ പ്രവർത്തകരെയും തുറു

ങ്കിലടയ്ക്കുന്നതിന് ആധുനിക സാങ്കേതിക വിദ്യ ഉപയോഗിച്ച് കള്ളത്തെളിവുകളുണ്ടാക്കുന്നത് ഇപ്പോഴത്തെ ഭരണത്തിൻകീഴിൽ പ്രകടമാവുന്ന ഭരണകൂടഭീകരതയുടെ നിന്ദ്യമായ ഒരു രൂപമാണ്. ഡോ. ആനന്ദ് തെൽതുംദെ, സുധഭരദ്വാജ്, വരവര റാവു തുടങ്ങിയ ഭീമ കൊറേഗാവ് കേസിൽ കുറ്റാരോപിതരായ നിരവധിപേർ യു എ പി എയെയും സമാനമായ മറ്റു കിരാതനിയമങ്ങളും അനുസരിച്ച് ജയിലുകൾക്കുള്ളിൽ നരകയാതന അനുഭവിക്കുകയാണ്. സംഘപരിവാറും അവരുടെ ചെരുപ്പുനക്കികളും പ്രചരിപ്പിക്കുന്ന വ്യാജവാർത്തകളെ തുറന്നുകാണിക്കുന്നതിൽ ശ്രദ്ധേയമായ സംഭാവനകൾ നല്കിയ ആൾട്ട് ന്യൂസിലെ മുഹമ്മദ് സുബൈറിനെ വ്യാജ ആരോപണങ്ങൾ ഉന്നയിച്ച് കുറ്റം ചാർത്തിയിരിക്കുകയാണ്. അദ്ദേഹത്തെ അറസ്റ്റ് ചെയ്ത് ജയിലിലടച്ചു. ഒടുവിൽ സുപ്രീം കോടതിയാണ് അദ്ദേഹത്തിന് ജാമ്യം അനുവദിച്ചത്.

ആൾക്കൂട്ട അക്രമങ്ങൾ ലക്ഷ്യംവെച്ചുള്ള കൊലപാതകങ്ങൾ, പ്രോസിക്യൂഷൻ ഭീഷണി, ജയിലിലിലടയ്ക്കൽ തുടങ്ങിയവപോലുള്ള അതിഭീകരമായ പീഡനോപകരണങ്ങളാണ് സാമൂഹികമായി മെനഞ്ഞെടുക്കപ്പെടുന്ന മെജോറിറ്റേറിയൻ ലൈനിൽ രാഷ്ട്രീയമായ അണിനിരത്തലിനായി ഉപയോഗിക്കപ്പെടുന്നത്. ഇതിനൊപ്പം ന്യൂനപക്ഷസമുദായങ്ങൾക്കെതിരായി ചിട്ടയായുള്ള ഗൂഢപദ്ധതികൾ ഇതേ ലക്ഷ്യത്തോടെ ആസൂത്രണം ചെയ്യപ്പെടുകയും നടപ്പാക്കപ്പെടുകയുമാണ്. ഗോൾവാൾക്കറിൽനിന്ന് മുൻപുദ്ധരിച്ച വരികൾ വ്യക്തമായും വാദിക്കുന്നത്. ജർമ്മനിയിൽ നാസികൾ ചെയ്തത്" ഹിന്ദുസ്ഥാനിലുള്ള നമ്മൾക്ക് പഠിക്കാനും നേട്ടമുണ്ടാക്കാനും പറ്റിയ നല്ല 'പാഠ'മാണെന്നാണ്-ഗോൾവാൾക്കറുടെ ആശയങ്ങൾ അക്ഷരാർത്ഥത്തിൽ നടപ്പാക്കപ്പെടുകയാണെന്നാണ് സംഘപരിവാറിന്റെ ഇപ്പോഴത്തെ പ്രവർത്തനങ്ങളും കാംപെയ്നുകളും തെളിയിക്കുന്നത്.

2021 ഡിംസബർ 16 മുതൽ 18 വരെ സംഘപരിവാർ ഹരിദ്വാറിൽ ധർമ്മ സംസദ് (മതപാർലമെന്റ്) സംഘടിപ്പിച്ചു. ഹിന്ദുരാഷ്ട്രം സ്ഥാപിക്കുന്നതിനുള്ള മുഖ്യതടസ്സമായി നില്ക്കുന്ന ന്യൂനപക്ഷങ്ങളെ ഉന്മൂലനം ചെയ്യുന്നതിന് ആയുധമെടുക്കാൻ ആഹ്വാനം ചെയ്തുകൊണ്ടാണ് ആ സമ്മേളനത്തിൽ പങ്കെടുത്ത കാവി വസ്ത്രം ധരിച്ച യോഗിമാരും യോഗിനിമാരും തങ്ങളുടെ നീണ്ട പ്രസംഗങ്ങൾ അവസാനിപ്പിച്ചത്. ഇവരെല്ലാം സംസാരിച്ചത് ഭരണഘടനയ്ക്കും നാട്ടിൽ നിലവിലുള്ള നിയമങ്ങൾക്കും എതിരായിരുന്നിട്ടും ഈ പ്രാസംഗകരിൽ ഒരാൾപോലും അറസ്റ്റുചെയ്യപ്പെടുകയോ പ്രോസിക്യൂട്ട് ചെയ്യപ്പെടുകയോ ഉണ്ടായില്ല. പ്രധാനമന്ത്രിയോ ആഭ്യന്തര മന്ത്രിയോ ഇതിനെ അപലപിച്ചില്ല; മാത്രമല്ല, തങ്ങളുടെ ലക്ഷ്യസാക്ഷാൽക്കാരത്തിന് അക്രമാസക്തമായി ഇടപെടുന്നതിനുള്ള ആഹ്വാനങ്ങളോടുള്ള വിയോജിപ്പ് പ്രകടിപ്പിക്കാൻപോലും ഇവർ

തയ്യാറായിട്ടില്ല. ധർമ്മ സംസദിൽ നിന്ന് അവർ ഇരുവരും അകന്നുനി ല്ക്കുകയോ അതിനെ അപലപിക്കുകയോ ചെയ്യാതിരുന്നത് അവരുടെ ഉള്ളിലുള്ളത് തന്നെയാണ്, അവർക്ക് ഏറെ പ്രിയപ്പെട്ട കാര്യങ്ങൾ തന്നെ യാണ് അവിടെ മുഴങ്ങിക്കേട്ടത് എന്നതിനാലാണ്. ജെനസൈഡ് വാച്ചിന്റെ സ്ഥാപകനും അദ്ധ്യക്ഷനുമായ പ്രൊഫ. ഗ്രിഗറി സ്റ്റാൻൺ നടത്തിയ പ്രവചനം ഉള്ളുലയ്ക്കുന്നതാണ്. അദ്ദേഹം പ്രവചിച്ചത് ഇപ്പോഴത്തെ പ്രവണതകൾ, സൂചനകളും സംഭവങ്ങളും വിരൽചൂണ്ടുന്നത് ഇന്ത്യ യിലെ ന്യൂനപക്ഷങ്ങൾക്കെതിരെ ഏറെ വൈകാതെ വംശഹത്യക്കുള്ള സാദ്ധ്യതയുണ്ടെന്നാണ്. ഞാൻ ആഗ്രഹിക്കുന്നതും പ്രതീക്ഷയർപ്പിക്കു ന്നതും പ്രൊഫ. സ്റ്റാന്റൺന്റെ പ്രവചനം തെറ്റട്ടെയെന്നാണ്.

ജനാധിപത്യത്തിന്റെയും ഭിന്നാഭിപ്രായം പ്രകടിപ്പിക്കാനുള്ള അവ കാശത്തിന്റെയും നിയമവാഴ്ചയുടെയും മതനിരപേക്ഷതയുടേതുമായ ഭരണഘടനാമൂല്യങ്ങളോട് പ്രതിബദ്ധതയുള്ളവർ അപകടകരമായ നില യിലുള്ള നമ്മുടെ സമൂഹത്തിന്റെ ഒഴുകിപ്പോക്ക് തടയാൻ ശ്രമിക്കുന്ന തിനുള്ള വിശാലവേദിക്കായി ഒറ്റക്കെട്ടായി പ്രവർത്തിക്കണം. ഇന്ത്യയിൽ ഇന്ന് പൊതുബോധമെന്ന നിലയിൽ സമൂഹത്തിലെ വിപുലമായ വിഭാ ഗങ്ങളെ സ്വാധീനിക്കുന്ന മെജോറിറ്റേറിയൻ വർഗ്ഗീയ ആഖ്യാനത്തിന്റെ പ്രവണത വളർന്നുവരികയാണ്. ഇതിന്, സംഘപരിവാർ ഉപയോഗിക്കു ന്നത് അനേകം മുഖങ്ങളുള്ള സംഘടനകളെയും സാങ്കേതികവും സാംസ്കാരികവുമായ ഉപകരണങ്ങളെയുമാണ്. വിവിധ സംഘപരിവാർ സംഘടനകളുടെ അംഗങ്ങൾ അവരുടെ നടപടികളിലൂടെ തൊഴിലിട ങ്ങളും പാർപ്പിടങ്ങളും സന്ദർശിക്കുന്നതിലൂടെ ഉൾപ്പെടെയുള്ള ജനങ്ങ ളുമായി നേരിട്ടുള്ള ബന്ധങ്ങളിലൂടെയും ജനങ്ങളുമായി പൊതുവിൽ നിര ന്തരം ആശയവിനിമയം നടത്തിക്കൊണ്ടിരിക്കുകയാണ്. ഇതിനായി അവർ റസിഡൻഷ്യൽ അസോസിയേഷനുകളിലും ക്ഷേത്ര സമിതികളിലും നുഴ ഞ്ഞുകയറുകയാണ്.

തങ്ങളുടെ നികൃഷ്ടമായ അജണ്ടയ്ക്കനുകൂലമായി സമ്മതി നിർമ്മി ക്കുന്നതിന് ആർ എസ് എസ് സോഷ്യൽ മീഡിയയെ ഫലപ്രദമായി ഉപ യോഗിക്കുന്നു. നമ്മുടെ രാജ്യത്ത് യൂട്യൂബ് ഉപയോഗിക്കുന്ന 26.5 ആളു കളും ഫേസ് ബുക്ക് ഉപയോഗിക്കുന്ന 32.9 കോടി ആളുകളും വാട്സ് ആപ്പിൽ 45.9 കോടി ആളുകളുമുണ്ട്. ഏറക്കുറെ അവിശ്വസനീയമായ വിധത്തിലാണ് ഇവയിലെല്ലാം സംഘപരിവാറിന്റെ ചിട്ടയായ നുഴഞ്ഞു കയറ്റം. സോഷ്യൽ മീഡിയയിൽ അവരെയും അവരുടെ അജണ്ടയെയും ആരെങ്കിലും തുറന്നുകാണിക്കാൻ ശ്രമിക്കുന്നതോടെ വസ്തുതകൾക്കെ തിരെ ചില സവിശേഷവാദഗതികളുമായി ആർ എസ് എസിന്റെ സൈബർ പോരാളികൾ രംഗത്തുവരുന്നു!

ദൂരദർശനെയും ആൾ ഇന്ത്യ റേഡിയൊയെയും സാമദാന, ഭേദ,

ദണ്ഡമുറകൾ പ്രയോഗിച്ച് മിക്കവാറും എല്ലാ അച്ചടി, ഇലക്ട്രോണിക് മാധ്യമങ്ങളെയും ഉപയോഗിക്കുന്നതിനുപുറമേ പുസ്തകങ്ങൾ, നാടകം, ഗാനങ്ങൾ, ചലച്ചിത്രങ്ങൾ (ഉദാഹരണത്തിന്, *ഉറി സർജിക്കൽ സ്ട്രൈക്, കാശ്മീർ ഫയൽസ്, കൽക്കട്ട കില്ലിങ്സ്* തുടങ്ങിയവ) എന്നിവയെയും ബി ജെ പി ഫലപ്രദമായി ഉപയോഗിക്കുന്നു. ബി ജെ പിയുടെ കാശ്മീരിലെ വിഭാഗീയമായ വിദ്വേഷ അജണ്ട പ്രോത്സാഹിപ്പിക്കുന്നതിന് കലയെ ഉപയോഗിക്കുന്നതിന്റെ ക്ലാസിക് ഉദാഹരണമാണ് *കാശ്മീർ ഫയൽസ്.*

ഹിന്ദുരാഷ്ട്രം സ്ഥാപിക്കുന്നതിന് സമൂഹത്തെ വർഗ്ഗീയവല്ക്കരിക്കുകയെന്ന പ്രോജക്ട് തന്നെ ധനമൂലധനത്തിന്റെയും കുത്തക കുടുംബങ്ങളുടെയും താല്പര്യം സംരക്ഷിക്കുകയെന്ന ലക്ഷ്യത്തോടെയുള്ളതാണ്. ഇന്ത്യനും വൈദേശികവുമായ മൂലധനത്തിന്റെ സാമ്പത്തിക താല്പര്യങ്ങൾ സംരക്ഷിക്കുന്നതിന് ബ്രാഹ്മണമേധാവിത്തത്തോടുകൂടിയ ഹിന്ദുരാഷ്ട്രമാണ് അവരുടെ ലക്ഷ്യം. ഇന്ത്യൻ ഭരണവർഗ്ഗങ്ങൾ ഭൂരിപക്ഷവർഗ്ഗീയതയെ പിന്തുണയ്ക്കുന്നതും വർഗ്ഗീയവാദികൾ ഇന്ത്യനും വൈദേശികവുമായ മൂലധനത്തെ സംരക്ഷിക്കുന്നതും അതുകൊണ്ടുതന്നെയാണ്.

തൊഴിലാളികളും കർഷകരും മറ്റ് അദ്ധ്വാനിക്കുന്ന ജനവിഭാഗങ്ങളും പങ്കെടുത്ത സ്വാതന്ത്ര്യസമരത്തിന്റെ പരിണതഫലമായ ഇന്ത്യൻ ഭരണഘടനയിൽ പരിപാവനമായി ഉയർത്തിപ്പിടിക്കുന്ന മതനിരപേക്ഷജനാധിപത്യപരവും സമത്വാധിഷ്ഠിതവുമായ മൂല്യങ്ങളെ നാം എങ്ങനെ സംരക്ഷിക്കും? ഇടതുപക്ഷ ജനാധിപത്യശക്തികൾ സ്വയം പുനരേകോപിക്കുകയും ജനങ്ങളുടെ ജീവിതവുമായി ബന്ധപ്പെട്ട സാമൂഹിക രാഷ്ട്രീയ-സാമ്പത്തിക-സാംസ്കാരിക പ്രശ്നങ്ങൾ ഏറ്റെടുത്തുകൊണ്ട് ബഹുജനങ്ങളുമായി നിരന്തരം ഉറ്റബന്ധം പുലർത്തിക്കൊണ്ട് പ്രവർത്തിക്കുകയുമാണ് വേണ്ടത്. ഇത് അതികഠിനമായ ഒരു കടമയാണ്. എന്നാൽ ശക്തമായ ബ്രിട്ടീഷ് സാമ്രാജ്യത്വവുമായി പൊരുതിയതിന്റെ അനുഭവം നമുക്കുണ്ട്. സാമ്രാജ്യത്വ ബ്രിട്ടൻ അന്ന് എങ്ങനെയാണ് വീരവാദം മുഴക്കിയിരുന്നതെന്ന് നമുക്കറിയാം: ബ്രിട്ടീഷ് സാമ്രാജ്യത്തിൽ സൂര്യൻ ഒരിക്കലും അസ്തമിക്കില്ല എന്നാണല്ലോ! ഇത്തരത്തിൽ ശക്തമായ ഒരു സാമ്രാജ്യത്വ ശക്തിക്കെതിരെ പൊരുതുകയും അതിനെ കീഴ്പ്പെടുത്തുകയും ചെയ്ത ഹതഭാഗ്യരായ തൊഴിലാളികളും കർഷകരും തൊഴിൽരഹിതരുമായ ആളുകളിൽനിന്നുമുള്ള പാഠങ്ങൾ നാം പഠിക്കണം.

അജ്ഞാതരായ അസംഖ്യം രക്തസാക്ഷികളുടെ ത്യാഗവും ഭഗത്സിങ്ങിന്റെയും അദ്ദേഹത്തിന്റെ സഖാക്കളുടെയും ധീരോദാത്തമായ ത്യാഗങ്ങളും ഒരുവശത്തും മറുവശത്ത് മഹാത്മാഗാന്ധി നേതൃത്വം നല്കിയ വിപുലമായ ദേശീയ പ്രസ്ഥാനവും കമ്യൂണിസ്റ്റുകാരുടെ നേതൃത്വത്തിൽ നടന്ന തെലങ്കാന, പുന്നപ്ര-വയലാർ, തേഭാഗ, സുർമാവാലി,

വർളി സമരങ്ങളും ഐ എൻ എ, ആർ ഐ എൻ പോരാട്ടങ്ങളുമെല്ലാം ചേർന്ന് ഒരൊറ്റ കരുത്തുറ്റശക്തിയായി പ്രവർത്തനോന്മുഖമായത് കീഴടങ്ങാനും തിടുക്കപ്പെട്ട് ഒത്തുതീർപ്പിലെത്താനും ബ്രിട്ടീഷുകാരെ നിർബ്ബന്ധിതരാക്കി. മഹനീയ സമരങ്ങളുടെ ഇത്തരം വീരഗാഥകളാണ് തൊഴിലാളികളും കർഷകരും സ്ത്രീകളും യുവജനങ്ങളും വിദ്യാർത്ഥികളും ദളിതരും ആദിവാസികളും ഉൾപ്പെടെയുള്ള അദ്ധ്വാനിക്കുന്ന ജനങ്ങൾ ഒരിക്കൽ ബോധവാന്മാരാകുകയും സംഘടിതരാവുകയും ചെയ്താൽ അദൃശ്യമായ ഒരു ശക്തിയായി അതിനെ മാറ്റാൻ കഴിയുമെന്നതാണ് അതിൽനിന്നുള്ള പാഠം.

നിലവിലെ സാഹചര്യത്തിലെ വെല്ലുവിളിയെ സംബന്ധിച്ച് ജനങ്ങളെ ബോധവാന്മാരാക്കുന്നതിൽ സാംസ്കാരികമണ്ഡലത്തിലെ സമർപ്പിതമായ പ്രവർത്തനത്തിന് ചില സുപ്രധാന സംഭാവനകൾ ചെയ്യാനുണ്ട്. പാർട്ടി കേന്ദ്രകമ്മിറ്റി സാംസ്കാരിക മുന്നണിയിലെ കടമകൾ സംബന്ധിച്ച് ഒരു രേഖ അംഗീകരിച്ചിട്ടുണ്ട്. ഇന്ത്യൻ സാംസ്കാരികമണ്ഡലത്തിലെ പ്രവണതകളെക്കുറിച്ച് വിശകലനം ചെയ്തശേഷം സാംസ്കാരിക മുന്നണിയിലെ പ്രവർത്തനത്തിൽ അടിയന്തിര പ്രാധാന്യത്തോടെ പ്രയോഗികമാക്കാനുള്ള ഉത്തരവാദിത്വങ്ങൾ ചുവടെ ചേർക്കുന്ന രീതിയിൽ പട്ടികപ്പെടുത്തിയിട്ടുണ്ട്:

മതപരമായ വികാരത്തിന്റെ പേരിലോ ജാതിമേധാവിത്തത്തിന്റെ പേരിലോ വർഗ്ഗീയശക്തികൾ വാദിക്കുന്നതുപോലെയുള്ള സാംസ്കാരിക ദേശീയതയുടെ പേരിലോ ഉള്ള അസഹിഷ്ണുതയുടെ എല്ലാ രൂപങ്ങളെയും ചെറുക്കുന്നതിന് ജനങ്ങളുടെ സാംസ്കാരവ്യവഹാരങ്ങളിൽ ഭാഷാപരവും വംശീയവും പ്രാദേശികവുമായ വൈവിദ്ധ്യങ്ങളെ അംഗീകരിക്കുകയും പ്രോത്സാഹിപ്പിക്കുകയും ചെയ്യുക; ഇത്തരത്തിലുള്ള വൈവിദ്ധ്യങ്ങളുടെ വക്താക്കൾക്കിടയിലുള്ള മെച്ചപ്പെട്ട ആശയ വിനിമയത്തെയും ധാരണയെയും പ്രോത്സാഹിപ്പിക്കുക; വൈവിദ്ധ്യമാർന്ന ഈ പാരമ്പര്യങ്ങളെ പ്രതിനിധീകരിക്കുന്നതിന്റെ പേരിൽ ആക്രമണം നേരിടുന്ന ചിന്തകൾക്കും കലാകാരന്മാർക്കും ഒപ്പം നില്ക്കുക എന്നിവയിലാണ് നമ്മൾ പ്രത്യേക ശ്രദ്ധ അർപ്പിക്കേണ്ടത്.

വിജ്ഞാനവിരോധം, മതഭ്രാന്ത്, അന്ധവിശ്വാസം, അയുക്തികത എന്നിവയെല്ലാം തുറന്നുകാണിക്കപ്പെടേണ്ടവയാണ്. അതേപോലെതന്നെ, പൊതുവിദ്യാഭ്യാസസമ്പ്രദായത്തെ സംരക്ഷിക്കേണ്ടതുമുണ്ട്. ഒപ്പം ശാസ്ത്രീയവും പാണ്ഡിത്യപരവും സാംസ്കാരികവുമായ സ്ഥാപനങ്ങളുടെ സ്വയം ഭരണത്തെയും സംരക്ഷിക്കേണ്ടതുമുണ്ട്. ജനങ്ങളുടെ കഷ്ടപ്പാടുകളെയും വൈകാരികമായ ആദയത്തിനായുള്ള ജനങ്ങളുടെ തീവ്രമായ ആവശ്യകതയെയും വിശ്വാസത്തെയും വൻകിട ബിസിനസിനെ പോലെ മതത്തെ ഉപയോഗിക്കുന്ന പലവിഭാഗങ്ങളിൽപെട്ട മതസ്ഥാപ

നങ്ങളുടെയും ആത്മീയ നേതാക്കളുടെയും വ്യാപകമായ ചൂഷണത്തെ നാം തുറന്നു കാണിക്കണം; അയുക്തികതയും അന്ധവിശ്വാസവും പ്രചരിപ്പിക്കുന്നതിനെയും തങ്ങളുടെ അനുയായികൾക്കിടയിൽ വിഭാഗീയതയുടെയും വർഗ്ഗീയതയുടെയും വിത്തു വിതയ്ക്കുന്നതിനെയും നാം തുറന്നുകാണിക്കുകയും ഇത്തരം ശക്തികളെ നാം നേരിടുകയും വേണം.

മിക്ക ആരാധനാലയങ്ങളിലും വർഗ്ഗീയ-തീവ്രവാദിസംഘടനകൾ സജീവമാണ്. ഉത്സവങ്ങളുമായി ബന്ധപ്പെട്ട കാര്യങ്ങളിൽ ജനങ്ങളെ തെറ്റിദ്ധരിപ്പിക്കുകയെന്ന ലക്ഷ്യത്തോടെയുള്ള വർഗ്ഗീയ വിഭാഗീയ പ്രചാരണമാണ് ആധിപത്യം പുലർത്തുന്നത്. ഓരോ സ്ഥലത്തും നിലനില്ക്കുന്ന മൂർത്തമായ സ്ഥിതിഗതികളെ ആശ്രയിച്ച് നമ്മുടെ പ്രവർത്തകരുടെ ഇടപെടലിലൂടെ കഴിയാവുന്നിടത്തോളം ഇത് തടയാൻ ശ്രമിക്കേണ്ടതാണ്.

വർഗ്ഗീയ വാദികളല്ലാതിരിക്കെതന്നെ മതവിശ്വാസവും ആചാരങ്ങളും വച്ചുപുലർത്തുന്ന വളരെ വലിയൊരു വിഭാഗമുണ്ട്. ഇവരെയും വർഗ്ഗീയ തീവ്രവാദികളാക്കി മാറ്റാൻ പരിവാർ ശ്രമിക്കുന്നു. ആയതിനാൽ അവരെ വർഗ്ഗീയവിഷത്തിൽനിന്നും രക്ഷപ്പെടുത്തുന്നതിനായിരിക്കണം നാം നിരന്തരം പരിശ്രമിക്കേണ്ടത്. മറ്റുവാക്കുകളിൽ പറഞ്ഞാൽ എല്ലാ രൂപങ്ങളിലുമുള്ള വർഗ്ഗീയതക്കെതിരായ നമ്മുടെ പോരാട്ടം വർഗ്ഗീയവാദികളല്ലാത്തവരും മതവിശ്വാസികളുമായ ജനവിഭാഗങ്ങളെയും കൂടി അണിനിരത്തിക്കൊണ്ടായിരിക്കണം. ചിലപ്പോഴെല്ലാം പുരോഗമനചേരിയിലെ ചില വിഭാഗങ്ങൾക്ക് ഇക്കാര്യത്തിൽ വേണ്ടത്ര വ്യക്തത കാണിക്കുന്നില്ല.

ഇലക്ട്രോണിക് മാധ്യമങ്ങൾക്കു മേലുള്ള കോർപ്പറേറ്റ് മൂലധനം പിടിമുറുക്കിയിരിക്കുന്നതുമൂലം സാങ്കേതിക വിദ്യയുടെ മുന്നേറ്റങ്ങളുടെ ഗുണഫലങ്ങൾ നിഷേധിക്കപ്പെടുന്ന സാധാരണക്കാർക്കുവേണ്ടി സാങ്കേതിക വിദ്യാപരമായി മുന്നേറിയ അച്ചടി ദൃശ്യശ്രാവ്യ മാധ്യമങ്ങളുടെ ലോകത്ത് ഇടം തിരിച്ചുപിടിക്കാൻ ചിട്ടയായതും ആസൂത്രിതവുമായ നീക്കങ്ങൾ ആവശ്യമാണ്. ബാലിശമായ വാർത്തകൾക്കൊപ്പം കൂട്ടിച്ചേർക്കപ്പെട്ട വെറും ചവറ് പരസ്യങ്ങളുടെയും അരോചകവും ഉപരിപ്ലവവുമായ റിയാലിറ്റി ഷോകളുടെയും പിന്തിരിപ്പനും പുരുഷാധിപത്യപരവും സ്ത്രീവിലുദ്ധവുമായ സീരിയലുകളുടെയും മറ്റ് ഇലക്ട്രോണിക് ഉല്പന്നങ്ങളുടെയും ആധിപത്യത്തിലേക്കാണ് ഈ മൂലധനാധിപത്യം നയിക്കുന്നത്. ജനങ്ങളെ സംബന്ധിച്ച് കൂടുതൽ പ്രസക്തമായ കാര്യങ്ങൾക്കായി കുറച്ച് ഇടം വീണ്ടെടുക്കുന്നതിന് ഇത്തരം സാങ്കേതികവിദ്യകളെ എങ്ങനെ ഉപയോഗിക്കാൻ കഴിയുമെന്നതിന്റെ ചില ദൃഷ്ടാന്തങ്ങളാണ് ഓൺലൈൻ പ്രസിദ്ധീകരണങ്ങൾ, സോഷ്യൽ മീഡിയ, ഡോക്യുമെന്ററി ഫിലിമുകൾ, കമ്യൂണിറ്റി റേഡിയോ തുടങ്ങിയവ; ആസൂത്രിതവും ചിട്ടയോടു കൂടിയതുമായവിധത്തിൽ ഈ മേഖലകളിൽ വൈരുദ്ധ്യമുള്ളവരെ

ഈ ദിശയിൽ പ്രോത്സാഹിപ്പിക്കേണ്ടതും പ്രചോദനം നല്കേണ്ടതും ആവശ്യമാണ്.

കുട്ടികളെയും വിദ്യാർത്ഥികളെയും ചെറുപ്പക്കാരെയും സംരക്ഷിക്കുന്നതിനുവേണ്ടി നാം നിലകൊള്ളേണ്ടതുണ്ട്; അങ്ങനെ അവരുടെ സ്വതന്ത്രമായ സർഗ്ഗാത്മക കഴിവുകൾ വികസിപ്പിക്കാനുള്ള അവസരങ്ങൾ അവർക്കു ലഭിക്കും; നിഷ്കരുണമായ മത്സരാധിഷ്ഠിത ഉപഭോഗ മൂല്യങ്ങളോ അഥവാ വെറുപ്പിന്റെയും പരസ്പര നശീകരണത്തിന്റെയും സംസ്കാരമോ അവരുടെ അഭിലാഷങ്ങളെ ഗ്രസിക്കുന്നില്ലായെന്ന് ഉറപ്പാക്കുവാനുള്ള അവസരങ്ങൾ ലഭിക്കും; അവരുടെ വിദ്യാഭ്യാസപരമായ അവകാശങ്ങളും ഏറ്റവും പുരോഗമനാത്മകമായ അറിവ് ലഭിക്കുവാനുള്ള അവകാശവും ഉറപ്പാക്കേണ്ടതുണ്ട്. വിദ്യാഭ്യാസ സ്ഥാപനങ്ങൾക്കകത്തും പുറത്തും നമ്മുടെ ഏറ്റവും മെച്ചപ്പെട്ട ബൗദ്ധികവും സർഗ്ഗാത്മകവുമായ പാരമ്പര്യങ്ങളോട് അവരെ ചേർത്തുനിർത്തുന്നതിന് ബഹുവിധമായ പരിശ്രമങ്ങൾ നടത്തേണ്ടതുണ്ട്.

വിവിധ തീവ്രവാദ, വിഭാഗീയ, ഭീകരവാദ സംഘടനകളും അവരുടെ പ്രത്യയശാസ്ത്രങ്ങളും അടിത്തറ കൈവരിക്കുകയും, കലാപ പ്രവർത്തനങ്ങളിൽ ഏർപ്പെടുകയും ചെയ്തുകൊണ്ടിരിക്കുന്ന ഒരു ലോകത്താണ് നമ്മൾ ജീവിക്കുന്നത്. ഭൂഗോളത്തിലുടനീളം വലിയ രൂപത്തിലുള്ള സ്വേച്ഛാധിപത്യത്തിലേക്കു നീങ്ങുന്നതിനുവേണ്ടി ഗവൺമെന്റുകൾ ഇവയെ ദുരുപയോഗിക്കുന്നു. എവിടെയൊക്കെയാണോ സാദ്ധ്യമായത്, അവിടങ്ങളിലെല്ലാം ഭരണകൂടം സവിശേഷാധികാരങ്ങളും കൈക്കലാക്കുന്നു. ഒട്ടേറെ കേസുകളിൽ, ദേശീയ സുരക്ഷയുടെ പേരിൽ സാധാരണ ജനങ്ങൾ ഇത്തരം നടപടികളെ പിന്തുണയ്ക്കുന്നതിന് പ്രേരിപ്പിക്കപ്പെടുകയും നിർബ്ബന്ധിക്കപ്പെടുകയും ചെയ്യുന്നു. സ്വേച്ഛാധിപത്യ ഭരണകൂടം എവിടെയൊക്കെയാണോ പൗരസ്വാതന്ത്ര്യങ്ങൾക്കും ജനാധിപത്യാവകാശങ്ങൾക്കും മനുഷ്യാവകാശങ്ങൾക്കും മുറിവേല്പിക്കുന്നത്, അവിടങ്ങളിലെല്ലാം അവയെ സംരക്ഷിക്കുന്നതിനുവേണ്ടി നാം നിലകൊള്ളുന്നു; എതിരഭിപ്രായങ്ങളെ അടിച്ചമർത്തുവാനുള്ള അനിയന്ത്രിതമായ അധികാരവും സ്വാതന്ത്ര്യവും ഭരണകൂടത്തിനു നല്കുന്ന കിരാത നിയമങ്ങളെ നമ്മൾ എതിർക്കുന്നു.

മലയാളത്തിന്റെ അതുല്യനായ സാഹിത്യകാരൻ വൈക്കം മുഹമ്മദ് ബഷീർ 1989 ൽ നടന്ന സ്വാതന്ത്ര്യസമര സേനാനികളുടെ യോഗത്തിൽ ചിന്തോദ്ദീപകമായൊരു നിരീക്ഷണം നടത്തുകയുണ്ടായി. നാഥുറാം വിനായക് ഗോഡ്സെ ക്രൂരമായി മഹാത്മാഗാന്ധിയെ കൊലപ്പെടുത്തിയതിനെക്കുറിച്ചു വിവരിച്ചശേഷം ബഷീർ തുടർന്ന് ഇങ്ങനെ പറഞ്ഞു: "ഗോഡ്സെയുടെ തോക്കിൽനിന്നും പുറത്തേക്ക് പ്രവഹിച്ച വിഷലിപ്തമായ കാറ്റ് ഇന്ന് ഇന്ത്യയാകെ പരക്കുകയാണ്. സത്യം, നീതി, ധർമ്മം, സ്നേഹം, കരുണ എന്നിവയൊന്നും ഇപ്പോഴും മാഞ്ഞുപോയി

ട്ടില്ല. നന്മയുടെ പൂക്കൾ ഇപ്പോഴുമിവിടെ വിരിയുന്നുണ്ട്. എന്നിരുന്നാലും വിഷലിപ്തമായ ആ കാറ്റുമൂലം അവ കൊഴിഞ്ഞുപോകുന്നു" ഒരു പ്രതിഭാശാലിയെന്ന നിലയിൽ, നമ്മുടെ രാജ്യത്തിന്റെ ദുരവസ്ഥ ഒരു പതിറ്റാണ്ടുമുൻപേ തന്നെ മുൻകൂട്ടിക്കാണുവാൻ അദ്ദേഹത്തിന് കഴിഞ്ഞു.

നിരന്തരം ബഹുജനങ്ങൾക്കിടയിലിറങ്ങി പ്രവർത്തിക്കുക, ജനങ്ങളോട് നേരിട്ട് ഇടപഴകുന്നതുവഴി അവരുമായി സജീവബന്ധം സ്ഥാപിക്കുക, അതിനായി വിവരവിനിമയത്തിന്റെ ആധുനിക ശാസ്ത്രസൗകര്യങ്ങളും ഉപയോഗപ്പെടുത്തുക എന്നിങ്ങനെ ഇടതുപക്ഷ ജനാധിപത്യ പുരോഗമന പ്രസ്ഥാനത്തിന്റെ കടമയാണ് മൗലികമായ കാൽവെയ്പ്, സമാനമായി, രാജ്യത്തിന്റെ ഭരണസംവിധാനത്തിൽ സംഘപരിവാർ നടത്തുന്ന മേധാവിത്തത്തെ തുറന്നുകാണിക്കുകയും ഒറ്റപ്പെടുത്തുകയും ചെയ്യുകയെന്ന നമ്മുടെ ലക്ഷ്യം വിജയിക്കണമെങ്കിൽ, ജനാധിപത്യത്തിനും മതനിരപേക്ഷതയ്ക്കും സാമൂഹ്യ പുരോഗതിക്കും വേണ്ടിയുള്ള കരുത്തുറ്റ ജനകീയ മുന്നേറ്റം വികസിപ്പിക്കുന്നതിനുള്ള സാദ്ധ്യമായത്രയും വിശാലമായവേദി കെട്ടിപ്പടുക്കുവാനുള്ള കഠിനപരിശ്രമങ്ങൾ നടത്തേണ്ടത് പരമപ്രധാനമാണ്.

ഗ്രാമീണ ജനതയ്ക്ക് ഇപ്പോഴും മാറ്റമില്ല

അശോക് ധാവ്ളെ

സ്വാതന്ത്ര്യം ലഭിച്ച് എഴുപത്തിയഞ്ച് വർഷങ്ങൾക്കിപ്പുറം കാർഷിക മേഖലയെക്കാൾ വലിയ പ്രതിസന്ധി നേരിടുന്ന മറ്റൊരു മേഖല ഒരുപക്ഷേ, ഇന്ത്യയിലുണ്ടാവില്ല. എൻ സി ആർ ബി ഡാറ്റപ്രകാരം, 1995 നും 2020 നുമിടയ്ക്കുള്ള 25 വർഷങ്ങളിൽ നാലു ലക്ഷത്തിലധികം കർഷകരും കർഷകത്തൊഴിലാളികളും ആത്മഹത്യയിൽ അഭയം തേടി എന്നാണ്; ഇത് നവലിബറൽ നയങ്ങളുടെ പ്രത്യക്ഷഫലമാണ്. ഈ കർഷകരിൽ, ഒരു ലക്ഷത്തിലധികം പേർ മോദി നയിക്കുന്ന ബി ജെ പി ഗവൺമെന്റിന്റെ കഴിഞ്ഞ എട്ടുവർഷക്കാലയളവിൽമാത്രം ജീവിതമവസാനിപ്പിച്ചവരാണ്.

2001 നും 2011 നുമിടയ്ക്ക് കൃഷിക്കാരിൽ 9 ദശലക്ഷംപേരുടെ കുറവും കർഷകത്തൊഴിലാളികളിൽ 30 ദശലക്ഷം പേരുടെ വർദ്ധനവുമുണ്ടായി; ഇന്ത്യയിലെ ഗ്രാമീണ കുടുംബങ്ങളിൽ 47 ശതമാനത്തിലധികവും ഭൂരഹിതരാണ്. ഗ്രാമീണ ദളിതർക്കും മുസ്ലീങ്ങൾക്കുമിടയിലെ ഭൂരഹിത കുടുംബങ്ങളുടെ അനുപാതം 60 ശതമാനത്തിലധികമാണ്. ആദിവാസി കുടുംബങ്ങൾക്ക്, പ്രത്യേകിച്ചും ശക്തമായ ആദിവാസി മേഖലകളിലെ ആദിവാസി കുടുംബങ്ങൾക്ക് ചരിത്രപരമായി സ്വന്തമായി ഭൂമിയുള്ളവരാണ്; എന്നാൽ ഉയർന്ന തോതിലുള്ള കുടിയൊഴിപ്പിക്കൽമൂലം (dispoessession) കഴിഞ്ഞ മൂന്ന് ദശകത്തിനകത്ത് ആദിവാസികൾക്കിടയിലെ ഭൂരാഹിത്യത്തിന്റെ വ്യാപ്തി 10 ശതമാനത്തിലധികമായി ഉയർന്നു. മറുവശത്ത്, ഓരോന്നിനും 30 ഹെക്ടറിലധികം (75 ഏക്കർ) ഭൂമി സ്വന്തമായുള്ള കുടുംബങ്ങളുടെ ഭൂമിയും എന്നാണ് എൻ എഫ് എച്ച് എസ് (NEHS) ഡാറ്റ കാണിക്കുന്നത്.

എം ജി എൻ ആർ ഇ ജി എ യുടെ ഔദ്യോഗിക കണക്കുപ്രകാരം, 2021-22 കാലത്ത് കർഷകത്തൊഴിലാളികൾക്ക് തൊഴിൽ ലഭിച്ച പരമാവധി ദിവസങ്ങളുടെ ശരാശരി എണ്ണം 49 ദിവസമാണ്; ഈ ആക്ടിൽ അനുശാസിച്ചിട്ടുള്ളത് പ്രതിവർഷം 100 തൊഴിൽദിനങ്ങൾ എന്നാണ്. 2022 ജൂണിൽ സി എം ഐ ഇ നല്കുന്ന ഡാറ്റപ്രകാരം, ആ മാസം ഗ്രാമീണ ഇന്ത്യയിൽ 8 ദശലക്ഷത്തോളം തൊഴിലവസരങ്ങൾ ഇല്ലാതെയായി; ഇത് ഗ്രാമീണ തൊഴിലില്ലായ്മ നിരക്കിൽ 1.4 ശതമാനം വർദ്ധനവുണ്ടാക്കുകയും അങ്ങനെയത് 8 ശതമാനമെന്ന ബൃഹത്തായ തോതിലേക്ക് എത്തിക്കുകയും ചെയ്തു. പി എൽ എഫ് എസ് ഡാറ്റ അനുസരിച്ച്, തൊഴിലെടുക്കുന്നതിനുള്ള അടിസ്ഥാനപ്രായം എന്നു കണക്കാക്കപ്പെടുന്ന 21 വയസ്സിനും 59 വയസ്സിനും ഇടയിൽ പ്രായമുള്ള 10 ശതമാനം ഗ്രാമീണ പുരുഷന്മാർക്കും 72 ശതമാനം ഗ്രാമീണ സ്ത്രീകൾക്കും 2018-19 കാലത്ത് യാതൊരു തൊഴിലും ഉണ്ടായിരുന്നില്ല. കാര്യങ്ങൾ കൂടുതൽ വഷളാക്കിയ കോവിഡ് മഹാമാരിക്കു മുൻപുള്ള കണക്കാണിത്. നമ്മുടെ രാജ്യത്തെ ഗോത്രമേഖലകളിൽ പട്ടിണിയും പോഷകാഹാരക്കുറവുമൂലം എല്ലാ വർഷവും ലക്ഷക്കണക്കിനു കുട്ടികൾ മരിക്കുന്നത് തുടർന്നുകൊണ്ടേയിരിക്കുന്നു. ആഗോള വിശപ്പ് സൂചികയിൽ, 2021 ൽ ആകെ 116 രാജ്യങ്ങളിൽ 101-ാം സ്ഥാനത്തേക്ക് ഇന്ത്യ കൂപ്പുകുത്തി.

ഇന്ന്, സ്വാതന്ത്ര്യത്തിന്റെ 75-ാം വാർഷികമാഘോഷിക്കുന്ന ഈ വേളയിൽ, ഇന്ത്യയിൽ നിലനില്ക്കുന്ന രൂക്ഷമായ കാർഷിക പ്രതിസന്ധിയുടെ പ്രകടമായ അടയാളങ്ങളിൽ ചിലതാണ് മുകളിൽ പറഞ്ഞത്. എങ്ങനെ, എന്തുകൊണ്ട് ഇത്തരമൊരു സാഹചര്യമുണ്ടായി?

രണ്ട് അടിസ്ഥാന ഗ്രാമീണ വൈരുദ്ധ്യങ്ങൾ

2003 ഡിസംബറിൽ അഖിലേന്ത്യാ കിസാൻസഭയും അഖിലേന്ത്യാ കർഷക തൊഴിലാളി യൂണിയനും സംയുക്തമായി അംഗീകരിച്ച 'ബദൽ കാർഷിക നയം' സംബന്ധിച്ച രേഖയിൽ സ്വാതന്ത്ര്യാനന്തര കാലത്ത് കൃഷിയിലുണ്ടായിട്ടുള്ള മുതലാളിത്ത വികാസത്തെ രണ്ട് ഘട്ടങ്ങളായി വേർതിരിക്കുന്നു-ഒന്ന്, 1947 മുതൽ 1990 വരെയുള്ള ഭരണകൂടത്തിന്റെ രക്ഷാകർത്തൃത്വത്തിലുള്ള ഘട്ടം; രണ്ട്, 1991 മുതലിങ്ങോട്ടുള്ള നവലിബറൽ ഘട്ടം. ഇതിന്റെ വെളിച്ചത്തിൽ, രണ്ട് അടിസ്ഥാന ഗ്രാമീണ വൈരുദ്ധ്യങ്ങളെ ആ രേഖയിൽ താഴെപ്പറയുംവിധം രേഖപ്പെടുത്തുന്നു:

> മേല്പറഞ്ഞ വിലയിരുത്തലിൽനിന്നും ഇന്ത്യൻ കൃഷിയിലെ സമകാലിക സാഹചര്യം രണ്ട് പ്രധാന വൈരുദ്ധ്യങ്ങളാൽ സവിശേഷവല്ക്കരിക്കപ്പെട്ടിരിക്കുന്നു എന്നു വ്യക്തമാണ്. അതിലാദ്യത്തേത്,

> ഒരുവശത്ത് ഭൂപ്രഭുക്കളും വൻകിട മുതലാളിത്ത കർഷകരും വമ്പൻ വ്യാപാരികളും വട്ടിപ്പലിശക്കാരും അവരുടെ കൂട്ടാളികളുമടങ്ങുന്ന ഗ്രാമീണ സമ്പന്നരും, മറുവശത്ത് കർഷക തൊഴിലാളികളും ദരിദ്രരും ഇടത്തരക്കാരുമായിട്ടുള്ള കർഷകരും ഗ്രാമീണ കൈത്തൊഴിലാളികളുമടങ്ങുന്ന കർഷക ജനസാമാന്യവും തമ്മിലുള്ള രൂക്ഷമായ വൈരുദ്ധ്യമാണ്. രണ്ടാമത്തേത്, ഗവൺമെന്റിന്റെ സാമ്രാജ്യത്വത്താൽ നയിക്കപ്പെടുന്ന ഉദാരവല്ക്കരണ സ്വകാര്യവല്ക്കരണ ആഗോളവല്ക്കരണ (ഘജഏ) നയങ്ങളോട് കർഷകജനസാമാന്യത്തിനിടയിൽ മാത്രമല്ല, മറിച്ച് ഗ്രാമീണ സമ്പന്ന വിഭാഗങ്ങൾക്കിടയിലടക്കം വർദ്ധിച്ചുവരുന്ന എതിർപ്പാണ്.

മുതലാളിത്തവികസനത്തിന്റെ ഭരണകൂട രക്ഷാകർതൃത്വഘട്ടം

സ്വാതന്ത്ര്യാനന്തരം തുടർച്ചയായി അധികാരത്തിൽവന്ന കോൺഗ്രസ് ഗവൺമെന്റുകളുടെ കാർഷിക നയങ്ങൾ, അർദ്ധ-ഫ്യൂഡൽ ഭൂപ്രഭുക്കളെ മുതലാളിത്ത ഭൂപ്രഭുക്കളാക്കി മാറ്റുന്നതിനും സമ്പന്ന കർഷകരുടെ ഒരു നിരതന്നെ വികസിപ്പിച്ചെടുക്കുന്നതിനും ലക്ഷ്യം വെച്ചുള്ളതായിരുന്നു. ഇത് കർഷകജനസാമാന്യത്തിനുള്ളിലെ വർഗ്ഗപരമായ വേർതിരിവ് കൂടുതൽ രൂക്ഷമാക്കി. 1950 കളുടെ ഒടുവിൽ പി സി മഹലനോബിസ് നിർണ്ണയിച്ചതുപ്രകാരം, രാജ്യത്താകമാനം പുനർവിതരണത്തിനായി ലഭ്യമാക്കിയത് 63 ദശലക്ഷം ഏക്കർ ഭൂമിയിൽ താഴെയാണ്. ഈ ഭൂമിയുടെ ഒരു ചെറിയ അംശംപോലും പിടിച്ചെടുക്കുകയോ കർഷകത്തൊഴിലാളികൾക്കും ദരിദ്ര കർഷകർക്കും വിതരണം ചെയ്യുകയോ ചെയ്തിട്ടില്ല. രാജ്യത്തിന്റെ മിക്കയിടങ്ങളിലും ഭൂമിയുടെ സാന്ദ്രീകരണം ഏറക്കുറെ മാറ്റമില്ലാതെ തുടർന്നു; വാസ്തവത്തിൽ, അടുത്ത കാലത്തായി അത് കൂടുതൽ വർദ്ധിച്ചിരിക്കുകയാണ്.

സി പി ഐ (എം)ന്റെ പാർട്ടി പരിപാടിയുടെ പാര. 3.15 ൽ പറയുന്നു:

> കാർഷിക പ്രശ്നം ഇന്ത്യൻ ജനതയുടെ ഏറ്റവും മുഖ്യമായ ദേശീയ പ്രശ്നമായി തുടരുന്നു. അത് പരിഹരിക്കുന്നതിന് ഭൂപ്രഭുത്വം, ഹുണ്ടികക്കാരും കച്ചവടക്കാരും ചേർന്നു നടത്തുന്ന ചൂഷണം, നാട്ടിൻപുറത്തെ ജാതീയവും ലിംഗപരവുമായ പീഡനം എന്നിവക്കെതിരെ സമൂലവും സമഗ്രവുമായ കാർഷിക പരിഷ്കരണം ഉൾപ്പെടെ വിപ്ലവകരമായ പരിവർത്തനം ആവശ്യമാണ്. പുരോഗമനപരവും ജനാധിപത്യപരവുമായി കാർഷിക പ്രശ്നം പരിഹരിക്കുന്നത് പോയിട്ട്, അതു കൈകാര്യം ചെയ്യുന്ന

> തിൽപോലും പരാജയപ്പെട്ടതുപോലെ മറ്റൊരു രംഗത്തും ഇന്ത്യയിലെ ബൂർഷ്വാ-ഭൂപ്രഭു വാഴ്ചയുടെ പാപ്പരത്തം ഇത്രയേറെ പ്രകടമല്ല.

1940 കളിൽ, കാർഷിക വിപ്ലവമെന്ന ലക്ഷ്യം സ്വായത്തമാക്കുന്നതിനുവേണ്ടി കമ്യൂണിസ്റ്റ് പാർട്ടിയും അഖിലേന്ത്യാ കിസാൻസഭയും ഒട്ടേറെ ചരിത്രപരമായ പോരാട്ടങ്ങൾക്ക് നേതൃത്വം നല്കി; ആ പോരാട്ടങ്ങളൊക്കെയും ഇന്ത്യയിലെ കർഷക പ്രസ്ഥാനത്തിന്റെ ചരിത്രത്തിൽ സ്വർണ്ണലിപികളാൽ അടയാളപ്പെടുത്തപ്പെട്ടു. ബംഗാളിലെ തേഭാഗ സമരം, കേരളത്തിലെ പുന്നപ്ര-വയലാർ സമരവും വടക്കൻ മലബാറും, ത്രിപുരയിലെ ഗണമുക്തി പരിഷദ്, ആസാമിലെ സുർമവാലി സമരം, മഹാരാഷ്ട്രയിലെ വർളി ആദിവാസികലാപം എന്നിവയെല്ലാം അതിലുൾപ്പെടുന്നതാണ്. തെലങ്കാനയിലെ മഹത്തായ കർഷകസമരം ഇവയ്ക്കെല്ലാം മുകളിൽ മകുടം ചാർത്തി നില്ക്കുന്നു.

ഈ പോരാട്ടങ്ങളെല്ലാം അതിന്റെ എല്ലാ അർത്ഥത്തിലും ഫ്യൂഡലിസത്തിനെതിരായുള്ളതായിരുന്നു. അവർ സെമീന്ദാരി സമ്പ്രദായം നിർത്തലാക്കണമെന്നാവശ്യപ്പെടുകയും, സമൂലവും ഭൂപരിഷ്കരണത്തിനുവേണ്ടി വാദിക്കുകയും ചെയ്തു. സ്വാതന്ത്ര്യാനന്തര കാലഘട്ടത്തിൽ മൂർത്തമായ ഭൂപരിഷ്കരണം നടപ്പാക്കുന്നതിനും ഭൂരഹിതർക്ക് ഭൂമി പുനഃവിതരണം ചെയ്യുന്നതിനുംവേണ്ടിയുള്ള പരിപാടി നടപ്പിലാക്കിയതും നിയമനിർമ്മാണം സാദ്ധ്യമാക്കിയതും കേരളത്തിലെയും ബംഗാളിലെയും ത്രിപുരയിലെയും സി പി ഐ (എം) നേതൃത്വം ഇടതുപക്ഷ സംസ്ഥാന ഗവൺമെന്റുകളാണ് എന്നതിൽ യാദൃച്ഛികമായ ഒന്നല്ല. അതിന്റെ ഗുണഭോക്താക്കളിൽ വലിയൊരു പേർ പട്ടികജാതിക്കാരും പട്ടികവർഗ്ഗക്കാരുമായിരുന്നു.

ഭൂമിയുടെ സാന്ദ്രീകരണത്തോടൊപ്പംതന്നെ, ജലസേചന-വൈദ്യുതി സൗകര്യങ്ങൾ, കാർഷിക ഇൻപുട്ടുകൾക്കുള്ള സബ്സിഡി, സ്ഥാപനപരമായ വായ്പാ സംവിധാനങ്ങൾ, കാർഷിക ഉപകരണങ്ങൾ, അത്യുല്പാദനശേഷിയുള്ള വിത്തുകൾ, വളം, കീടനാശിനി, കുഴൽക്കിണറുകൾ, പമ്പുസെറ്റുകൾ, വാഹനങ്ങൾ, ഗതാഗതം മുതലായ സേവനങ്ങളെല്ലാം ഭൂപ്രഭുക്കളെയും സമ്പന്ന കർഷകർക്കുള്ളതാണെന്ന് ഗവൺമെന്റിന്റെ നയങ്ങൾ ഉറപ്പാക്കുകയും ചെയ്തു. ഈ വിഭാഗങ്ങളാണ് ഇന്ത്യയിലെ ബൂർഷ്വാ-ഭൂപ്രഭു പാർട്ടികളുടെ കേന്ദ്ര സഹായാടിത്തറയായത്.

ഈ രൂക്ഷമായ പരിമിതികൾക്കെല്ലാമപ്പുറം, ഭരണകൂട മേൽനോട്ടത്തിലുള്ള മുതലാളിത്ത വികാസത്തിന് ആശ്വാസകരമായ (Positive) ചില സവിശേഷതകളുണ്ടായിരുന്നു; ആ സവിശേഷതകൾ ഇന്ന്, നവലിബറൽ ഘട്ടത്തിൽ ഇല്ലാതാക്കപ്പെട്ടിരിക്കുന്നു.

ഉദാഹരണത്തിന്, ആദ്യ ഘട്ടത്തിൽ, ജലസേചനം, വൈദ്യുതി, ശാസ്ത്ര സാങ്കേതികവിദ്യ, ഗവേഷണവും വികസനവും, വിപുലീകരണ പ്രവർത്തനങ്ങൾ, ഗതാഗതം, വിവരവിനിമയം, സംഭരണ സംവിധാനങ്ങൾ എന്നിവയുടെ വ്യാപനത്തിനുവേണ്ടി ഗവൺമെന്റുകൾ വൻതോതിൽ പൊതുനിക്ഷേപങ്ങൾ നടത്തുകയും ഈ മണ്ഡലങ്ങളിൽ കാതലായ പുരോഗതിയുണ്ടാക്കുകയും ചെയ്തു. കാർഷിക ഇൻപുട്ടുകൾ വാങ്ങുന്നതിനുവേണ്ടി സബ്സിഡികൾ അനുവദിച്ചു. ചില വിളകളുടെ കാര്യത്തിൽ, മിനിമം താങ്ങുവിലയും സംഭരണസംവിധാനങ്ങളും ഏർപ്പെടുത്തുകവഴി ഉല്പാദകരുടെ താല്പര്യങ്ങൾ സംരക്ഷിക്കുന്നതിനുള്ള നടപടികൾ കൈക്കൊണ്ടു. ചെറിയൊരംശം ഗവൺമെന്റ് സബ്സിഡി കൊണ്ട് പൊതുവിതരണ സംവിധാനം (പി ഡി എസ്) സ്ഥാപിച്ചു.

കർഷകർക്ക്, പ്രത്യേകിച്ചും ബാങ്കുകളുടെ ദേശസാല്ക്കരണത്തിനുശേഷം, സ്ഥാപനപരമായ വായ്പാ സൗകര്യങ്ങൾ ലഭ്യമാക്കുന്നതിനുള്ള ശ്രമങ്ങൾ നടത്തി. തദ്ദേശ കമ്പോളത്തെ സംരക്ഷിക്കുന്നതിനുവേണ്ടി കാർഷികോല്പന്നങ്ങളുടെ ഇറക്കുമതിയിൽ നിയന്ത്രണമേർപ്പെടുത്തി. ശാസ്ത്ര സാങ്കേതികവിദ്യാ രംഗത്തു നിക്ഷേപം നടത്തിയത് അത്യുല്പാദനശേഷിയുള്ള വിത്തുകളും രാസവളങ്ങളും കാർഷികോപകരണങ്ങളും വികസിപ്പിക്കുന്നതിന് സഹായകമായി. ഇത് ഉല്പാദനക്ഷമതയും ഉല്പാദനവും വർദ്ധിപ്പിക്കുകയും ഭക്ഷ്യ സ്വയംപര്യാപ്തത കൈവരിക്കുന്നതിന് സഹായിക്കുകയും ചെയ്ത ഹരിത വിപ്ലവത്തിലേക്കു നയിച്ചു. പക്ഷേ, അതിനോടൊപ്പം രണ്ടുതരം അസമത്വങ്ങളും വികസിച്ചുവന്നു–പ്രദേശങ്ങൾ തമ്മിലുള്ള അസമത്വവും കർഷകർ തമ്മിലുള്ള അസമത്വവും. മേൽപറഞ്ഞ ഈ നടപടികളെല്ലാം 1990 വരെ വളർച്ചയുടെയും വികസനത്തിന്റെയും ഏതാനും തലങ്ങൾ കൈവരിക്കുന്നതിന് കാർഷിക മേഖലയെ സഹായിച്ചു.

മുതലാളിത്ത വികസനത്തിന്റെ നവലിബറൽഘട്ടം

രാജ്യത്താകെ, പ്രത്യേകിച്ചും, കൃഷിയിൽ നവലബിറൽ നയങ്ങൾ തുടക്കമിട്ടത് 1991 ൽ കോൺഗ്രസ് നേതൃത്വത്തിലുള്ള കേന്ദ്ര ഗവൺമെന്റാണ്; അതിപ്പോഴും തുടരുന്നു. 2014 നുശേഷം ബി ജെ പി നേതൃത്വത്തിലുള്ള കേന്ദ്ര ഗവൺമെന്റ് അതിന്റെ ആക്കം കുത്തനെ വർദ്ധിപ്പിച്ചു. സാമ്രാജ്യത്വ സമ്മർദ്ദത്തിൻകീഴിൽ ഭരണകൂട നയങ്ങളിൽ അവർ പ്രതിലോമകരമായ മാറ്റം സാക്ഷ്യപ്പെടുത്തി. ഈ ഘട്ടം, സാമ്പത്തിക കാര്യങ്ങളിൽ നിന്നുള്ള ഭരണകൂടത്തിന്റെ പിൻവാങ്ങലിനെയും മുതലാളിത്ത കമ്പോളത്തിനോടുള്ള അതിന്റെ കീഴടങ്ങലിനെയും അടിസ്ഥാനപ്പെടുത്തിയുള്ളതാണ്.

1992 ൽ ഹിസാറിൽവെച്ചുനടന്ന എ ഐ കെ എ സിന്റെ ദേശീയ സമ്മേളനം, നവലിബറൽ നയങ്ങൾ നടപ്പാക്കാൻ തുടങ്ങിയതിനുശേഷമുള്ള ആദ്യത്തെ സമ്മേളനമായിരുന്നു. ആ സമ്മേളനം നവലിബറൽ നയങ്ങളെ വലിച്ചുകീറുകയും താക്കീതു ചെയ്യുകയും ചെയ്തു, "യൂണിയൻ ഗവൺമെന്റിന്റെ ഈ നയങ്ങൾ കർഷക ജനസാമാന്യത്തിനു മേൽ വളരെ ഗുരുതരമായ പ്രതികൂല ഫലങ്ങളുണ്ടാക്കും. ഇത് ദരിദ്ര, ചെറുകിട, ഇടത്തരം കർഷകരുടെ പാപ്പരീകരണത്തിന് ആക്കം കൂട്ടും. നഗരങ്ങളിലെയും ഗ്രാമങ്ങളിലെയും തൊഴിൽരഹിതരായ ചെറുപ്പക്കാരുടെ എണ്ണം ഇനിയും അഭൂതപൂർവ്വമായ തലങ്ങളിലേക്ക് ഉയരും." ഇവിടെ പ്രധാനപ്പെട്ട ഒരു കാര്യം. നവലിബറൽ നയങ്ങൾക്കു തുടക്കമിട്ട് ഒരു വർഷത്തിലകത്താണ് അഖിലേന്ത്യാ, കിസാൻസഭ ഈ വിലയിരുത്തൽ നടത്തിയത് എന്നതാണ്; മറ്റ് ഒട്ടുമിക്ക കർഷക സംഘടനകളും പുത്തൻ സാമ്പത്തിക കാർഷിക നയങ്ങളെ പിന്തുണച്ചിരുന്ന സമയത്താണ് എ ഐ കെ എസ് അതിനെ നഖശിഖാന്തം എതിർത്തത്. ഹിസാർ സമ്മേളനം മുന്നോട്ടുവെച്ച താക്കീതുകൾ തികച്ചും ശരിയായിരുന്നു എന്ന് കാർഷിക രംഗത്ത് കഴിഞ്ഞ 30 വർഷങ്ങളായുണ്ടായ വികാസങ്ങൾ തെളിയിക്കുന്നു.

കൃഷിയിലെ നവലിബറൽ നയങ്ങളിൽ താഴെപ്പറയുംവിധമുള്ള വിനാശകരമായ ഘടകങ്ങൾ അടങ്ങിയിരിക്കുന്നു:

- ഇന്ത്യൻ വൻകിട ബൂർഷ്വാസിക്കും വിദേശ ബഹുരാഷ്ട്രകുത്തകകൾക്കും വലിയ തോതിൽ ഭൂമി പാട്ടക്കരാറിനു കൊടുക്കുവാനും, വില്ക്കുവാനും വേണ്ടി ഭൂപരിഷ്കരണം അട്ടിമറിക്കുന്നതും ഭൂപരിധി നിർണ്ണായക നിയമത്തിൽ (Land ceiling laws) വെള്ളം ചേർക്കുന്നതും നവലിബറൽ നയങ്ങളുടെ സവിശേഷതയാണ്. ഭൂമി കർഷകന് എന്ന മുദ്രാവാക്യത്തിനുപകരം ഭൂമി കോർപ്പറേറ്റുകൾക്ക് എന്ന മുദ്രാവാക്യം നടപ്പാക്കപ്പെടുന്നു.
- വിത്തുകൾ, വളം, ജലസേചനം, വൈദ്യുതി, മറ്റ് ഇൻപുട്ടുകൾ എന്നിവയ്ക്കുമേലുള്ള ഗവൺമെന്റ് സബ്സിഡികൾ വെട്ടിച്ചുരുക്കപ്പെടുന്നു; അത് കാർഷിക ഇൻപുട്ടുകളുടെ വിലയിൽ വൻതോതിലുള്ള വർദ്ധനവുണ്ടാക്കുകയും തല്ഫലമായി ഉല്പാദനച്ചെലവിൽ രൂക്ഷമായ വർദ്ധനവുണ്ടാക്കുകയും ചെയ്യുന്നു.
- കാർഷികോല്പന്നങ്ങളുടെ ഇറക്കുമതിയിന്മേലുള്ള അളവുപരമായ നിബന്ധനകൾ നീക്കം ചെയ്യുകയും ഇറക്കുമതി ഡ്യൂട്ടികൾ കുറയ്ക്കുന്നതും നവലിബറൽ നയങ്ങളുടെ ഭാഗമാണ്; ഇത് വൻതോതിൽ സബ്സിഡൈസു ചെയ്യപ്പെട്ട വിദേശ കാർഷിക ചരക്കുകളുടെ ബാഹുല്യവും, തല്ഫലമായി തദ്ദേശ കാർഷികോല്പന്നങ്ങ

ളുടെ വിലയിൽ ഇടിവും ഉണ്ടാക്കുന്നു. സ്വതന്ത്ര്യവ്യാപാര കരാറുകളും (FTAs) ഇതേ ആഘാതമാണുണ്ടാക്കുന്നത്.

- കൃഷി, ജലസേചനം, വൈദ്യുതി, ഗ്രാമീണ വികസനം, ശാസ്ത്ര സാങ്കേതികവിദ്യാ ഗവേഷണവും വികസനവും, മറ്റ് പശ്ചാത്തല സൗകര്യം സംവിധാനങ്ങൾ എന്നിവയിലുള്ള പൊതുനിക്ഷേപം കുത്തനെ വെട്ടിച്ചുരുക്കുക.
- വൈദ്യുതി, ജലസേചനം എന്നിങ്ങനെയുള്ള സുപ്രധാന മേഖലകളുടെ സ്വകാര്യവല്ക്കരണം മറ്റൊരു ഘടകമാണ്; അത് വൈദ്യുതിയുടെയും ജലസേചനത്തിന്റെയും വിലവർദ്ധനയിലേക്കും, ജലകുത്തകകളുടെ സൃഷ്ടിയിലേക്കും നയിക്കുന്നു.
- കോർപ്പറേറ്റുകൾക്കു വൻതുക വായ്പ നല്കുന്നതിനു വേണ്ടി പണം മാറ്റുന്നതിനുള്ള നയംമൂലം കർഷകർക്കും കാർഷികതൊഴിലാളികൾക്കും നല്കിവന്നിരുന്ന സ്ഥാപനപരമായ വായ്പയിൽ വ്യാപകമായ വെട്ടിച്ചുരുക്കൽ നടപ്പാക്കപ്പെടുന്നു; ഇത് കർഷക സാമാന്യത്തിന് സ്വകാര്യ വട്ടിപ്പലിശക്കാരെ ആശ്രയിക്കേണ്ടിവരുന്ന സ്ഥിതി വർദ്ധിപ്പിക്കുന്നു.
- ഭക്ഷ്യ സബ്സിഡികൾ ഗുരുതരമായി വെട്ടിച്ചുരുക്കുകയും, മുൻപു നിലനിന്നിരുന്ന സാർവ്വത്രികമായ സംവിധാനത്തിനുപകരം ടാർഗെറ്റഡ് ആയിട്ടുള്ള പൊതുവിതരണ സംവിധാനം നടപ്പാക്കുകയും ചെയ്യുന്നു; അത് പാവങ്ങളുടെ ഭക്ഷ്യസുരക്ഷയെ അപകടത്തിലാക്കുന്നു.
- മിനിമം താങ്ങുവില സംവിധാനം, വിളകളുടെ ഭരണസംവിധാനം എന്നിങ്ങനെയുള്ള തദ്ദേശ കമ്പോളത്തിലെ ഇടപെടൽ നടപടികളിൽനിന്നും ഗവൺമെന്റ് പിൻവലിയുന്നു.
- ഭക്ഷ്യവിളകളിൽനിന്നും നാണ്യവിളകളിലേക്ക് കൃഷി സമ്പ്രദായത്തെ മാറ്റിക്കൊണ്ട്, കയറ്റുമതിയധിഷ്ഠിത കൃഷിയിലേക്കുള്ള നയവ്യതിയാനം.
- കാർഷിക പ്രവർത്തനങ്ങളുടെ വർദ്ധിച്ചുവരുന്ന യന്ത്രവല്ക്കരണവും കർഷകത്തൊഴിലാളികളുടെ തൊഴിലവസരത്തിലും യഥാർത്ഥ കൂലിയിലും കുത്തനെയുണ്ടാവുന്ന ഇടിവും നവലിബറൽ നയങ്ങളുടെ ഒഴിവാക്കാനാവാത്ത ഘടകങ്ങളാണ്.
- വിദ്യാഭ്യാസത്തിന്റെയും ആരോഗ്യ സേവനങ്ങളുടെയും സ്വകാര്യവല്ക്കരണത്തോടൊപ്പം ഗ്രാമീണ തൊഴിലവസരം, ദാരിദ്ര്യ നിർമ്മാർജ്ജനം, പൊതു വിദ്യാഭ്യാസം, പൊതു ആരോഗ്യം, ഭവന പദ്ധതി, മറ്റു സാമൂഹ്യക്ഷേമ നടപടികൾ തുടങ്ങിയ സ്കീമുകളെല്ലാം നേർപ്പിക്കുന്നു.

- എല്ലാ കാർഷിക മേഖലകളിലും ഇരപിടിയൻ സ്വഭാവമുള്ള ബഹുരാഷ്ട്ര കോർപ്പറേഷനുകളും തദ്ദേശ കോർപ്പറേറ്റുകളും കടന്നുകയറുകയും, അത് കർഷക ജനസാമാന്യത്തിനും ഉപഭോക്താക്കൾക്കും ഒരുപോലെ ഹാനികരമാവുകയും ചെയ്യുന്നു.

അത്യന്തം നീചനായ കുറ്റവാളി: ബി ജെ പി-ആർ എസ് എസ് മോദി വാഴ്ച

സാമ്രാജ്യത്വത്തിന്റെ ആവശ്യാനുസരണം കൃഷിയിലും വ്യവസായത്തിലും മറ്റെല്ലാ മേഖലകളിലും കൂടുതൽ വർദ്ധിതമായ തോതിൽ നവലിബറൽ നയങ്ങൾ നടപ്പാക്കുന്ന അത്യന്തം നീചനായ കുറ്റവാളിയാണ് നിലവിൽ രാജ്യം ഭരിക്കുന്ന കേന്ദ്ര ബി ജെ പി-ആർ എസ് എസ് ഗവൺമെന്റ്. ബി ജെ പി നേതൃത്വത്തിലുള്ള സംസ്ഥാന ഗവൺമെന്റുകളും സ്വാഭാവികമായും ഇത് പിന്തുടരുന്നു നിലവിലെ ബി ജെ പി-ആർ എസ് എസ് വാഴ്ചയ്ക്കുകീഴിൽ കാർഷികരംഗത്തുണ്ടാകുന്ന വിനാശകരമായ സംഭവപരമ്പരകൾ, 2014 ലെ തിരഞ്ഞെടുപ്പ് കാലത്ത് ബി ജെ പി അവരുടെ മാനിഫെസ്റ്റോയിൽ കർഷകർക്കായി മുന്നോട്ടുവച്ച 'അച്ഛേദിനി'ൽ പറഞ്ഞിട്ടുള്ള ഓരോ വാഗ്ദാനത്തെക്കാളും വലിയ പ്രഹസനമൊന്നും മോദി ഭരണം നടത്തിയിട്ടില്ല എന്നു പറയേണ്ടിയിരിക്കുന്നു.

2020 ൽ വെറുക്കപ്പെട്ട മൂന്ന് കർഷക നിയമങ്ങൾ ബി ജെ പി ഗവൺമെന്റ് കൊണ്ടുവരികയും, അതിനെതിരായ ചരിത്രപരമായ കർഷക സമരം അരങ്ങേറുകയുമുണ്ടായി. 2015 ലെ ശാന്തകുമാർ കമ്മിറ്റി മുതലിങ്ങോട്ടുള്ള മോദി ഗവൺമെന്റിന്റെ നയങ്ങളുടെ സ്വഭാവം ഒരു കാര്യം വ്യക്തമാക്കിയിരുന്നു; അതായത്, മിനിമം താങ്ങുവില, ഗവൺമെന്റ് സംഭരണ സംവിധാനം, മൊത്തം പൊതുവിതരണ സംവിധാനം എന്നിവയെ ക്രമേണ പൊളിച്ചടുക്കുക എന്നതാണ് കർഷക നിയമങ്ങൾ കൊണ്ടർത്ഥമാക്കുന്നത്.

ആത്യന്തികമായി, ഈ പരിപ്രേക്ഷ്യം ദുരിതത്തിലാണ്ടുകിടക്കുന്ന കർഷക ജനസാമാന്യത്തെ കടന്നാക്രമിക്കുകയും അവരുടെ ഭൂമി പിടിച്ചെടുക്കുകയും ചെയ്യും. ഈ ദിശയിൽ ഒരു ശ്രമം 2015 ലെ ഭൂമി ഏറ്റെടുക്കൽ ഭേദഗതി നിയമത്തിലൂടെ മോദി ഭരണം നേരത്തേതന്നെ നടത്തിയിരുന്നു. എന്നാൽ അടിത്തറയിലുള്ള സമരങ്ങളിലൂടെയും രാജ്യസഭയിലെ പോരാട്ടങ്ങളിലൂടെയും ആ ശ്രമത്തെ പരാജയപ്പെടുത്തി. എന്നിരുന്നാലും ഒട്ടേറെ ബി ജെ പി സംസ്ഥാന ഗവൺമെന്റുകൾ അവരുടെ നിയമസഭകളിലൂടെ അതേ ഭേദഗതികൾ തിരുകിക്കയറ്റി. കാർഷിക നിയമങ്ങൾ നടപ്പാക്കി രണ്ടാഴ്ചയ്ക്കുള്ളിൽ, ദശകങ്ങൾ നീണ്ട കടുത്ത പോരാട്ടത്തിലൂടെ തൊഴിലാളിവർഗ്ഗം നേടിയെടുത്ത 29 തൊഴിൽ നിയമങ്ങൾ

പാർലമെന്റിൽ റദ്ദാക്കുകയും തൽസ്ഥാനത്ത് 4 തൊഴിലാളിവിരുദ്ധ ലേബർ കോഡുകൾ പുനഃസ്ഥാപിക്കുകയും ചെയ്തു. കർഷകത്തൊഴിലാളികളുടെ നിലനില്പിനു സഹായകമാകുന്ന തൊഴിലവസരമായ തൊഴിലുറപ്പു പദ്ധതി പണത്തിന്റെ ദാരിദ്ര്യമനുഭവിക്കുകയാണ്.

രാജ്യത്തിന്റെ സമ്പത്ത് ഉല്പാദിപ്പിക്കുന്ന അടിസ്ഥാന വർഗ്ഗങ്ങൾ, അതായത് തൊഴിലാളികളും കർഷകരും-കർഷകത്തൊഴിലാളികളും നിർദ്ദയമായി ആക്രമിക്കപ്പെടുകയാണ്. കരുത്തുറ്റ ഒരു തൊഴിലാളി കർഷക ഐക്യം ശക്തിപ്പെടുത്തിക്കൊണ്ട് അതിനെ പല്ലും നഖവുമുപയോഗിച്ച് ചെറുക്കേണ്ടിയിരിക്കുന്നു.

അപൂർണ്ണമായ പോരാട്ടം

ഇന്ന്, കർഷകത്തൊഴിലാളികളുടെ പോരാട്ടം മുന്നോട്ടുവയ്ക്കുന്ന പ്രധാന വിഷയങ്ങൾ ഇവയാണ്:

1. തൊഴിൽ ദിനങ്ങളും കൂലിയും വർദ്ധിപ്പിച്ചുകൊണ്ടും, നല്കാനുള്ള കൂലിക്കുടിശ്ശിക അടിയന്തരമായി നല്കിക്കൊണ്ടും തൊഴിലുറപ്പു പദ്ധതി നടപ്പാക്കുകയും വിപുലീകരിക്കുകയും ചെയ്യുക;
2. കർഷകത്തൊഴിലാളികളുടെ മിനിമം കൂലി വർദ്ധിപ്പിച്ചുകൊണ്ടും സാമൂഹിക സുരക്ഷ ഉറപ്പാക്കിക്കൊണ്ടുമുള്ള സമഗ്രമായ കേന്ദ്ര നിയമനിർമ്മാണം നടപ്പാക്കുക;
3. ഭൂരാഹിത്യത്തിന്റെയും ഭൂഅവകാശങ്ങളുടെയും പ്രശ്നങ്ങൾ,
4. പാർപ്പിടവും വീടുവെക്കാനുള്ള സ്ഥലവുമില്ലാത്ത അവസ്ഥ,
5. പൊതുവിതരണ സംവിധാനത്തിന്റെ സാർവ്വത്രികവല്ക്കരണവും മറ്റ് അവശ്യഇനങ്ങളുടെ ഉൾപ്പെടുത്തലും;
6. അറുപത് വയസ്സിനു മുകളിൽ പ്രായമുള്ള കർഷകത്തൊഴിലാളികൾക്കും ദരിദ്ര കർഷകർക്കും പെൻഷൻ അനുവദിക്കുക,
7. വിദ്യാഭ്യാസവും ആരോഗ്യവുമായി ബന്ധപ്പെട്ട പ്രശ്നങ്ങൾ,
8. സാമൂഹികമായ അതിക്രമങ്ങളും, സ്ത്രീകൾ, ദളിതർ, ആദിവാസികൾ എന്നിവർക്കു നേരെയുള്ള അടിച്ചമർത്തലും.

കർഷകരുടെ പോരാട്ടങ്ങൾ മുന്നോട്ടുവയ്ക്കുന്ന പ്രധാന വിഷയങ്ങൾ ഇവയാണ്:

1. സ്വാമിനാഥൻ കമ്മിഷൻ ശുപാർശ പ്രകാരം താങ്ങുവില @ സി2 + 50% എന്നത് നിയമപരമായി ഉറപ്പാക്കുക;
2. വിത്തുകൾ വളം, കീടനാശിനി, ഡീസൽ, പെട്രോൾ, വൈദ്യുതി,

ജലസേചനം എന്നിങ്ങനെയുള്ള ഇൻപുട്ടുകളുടെ വില കുത്തനെ കുറയ്ക്കുക;

3. ദരിദ്ര ഇടത്തരം കർഷകരുടെയും കർഷകത്തൊഴിലാളികളുടെയും വായ്പയിൽ കേന്ദ്ര ഗവൺമെന്റ് പൂർണ്ണമായി ഒറ്റത്തവണ എഴുതിത്തള്ളൽ നടപ്പാക്കുക;

4. വൈദ്യുതി ഭേദഗതി ബിൽ പിൻവലിക്കുക;

5. കർഷകവിരുദ്ധവും കോർപ്പറേറ്റനുകൂലവുമായ പ്രധാനമന്ത്രി ഫസൽ ബീമാ യോജനയിൽ സമൂലമായ മാറ്റം വരുത്തണം;

6. വായ്പാ സംവിധാനങ്ങളും ജലസേചന സൗകര്യങ്ങളും വിപുലീകരിക്കുക;

7. ഭൂമിയുമായി ബന്ധപ്പെട്ട വിഷയങ്ങൾ നീതിരഹിതമായ ഭൂമി ഏറ്റെടുക്കലിനെതിരെയും, വനാവകാശ നിയമത്തിന്റെ നടത്തിപ്പിനുവേണ്ടിയും വനസംരക്ഷണ നിയമത്തിന്റെ ചട്ടങ്ങളിൽ പിന്തിരിപ്പൻ മാറ്റങ്ങൾ വരുത്തുന്നതിനെതിരെയും;

8. കർഷക സ്ത്രീകൾ നേരിടുന്ന പ്രശ്നങ്ങൾ.

9. വിള അടിസ്ഥാനത്തിലുള്ള പ്രശ്നങ്ങൾ.

മൗലികവും അടിസ്ഥാനപരവുമായ മറ്റു രണ്ട് വിഷയങ്ങൾ സമൂലമായ ഭൂപരിഷ്കരണം നടപ്പാക്കുക എന്നതും, ബി ജെ പി, ആർ എസ് എസ് ഗവൺമെന്റിന്റെ നാണംകെട്ട രീതിയിൽ പൊതുമേഖല സ്വകാര്യവല്ക്കരിക്കുന്ന നീക്കത്തിലൂടെ കോർപ്പറേറ്റുകളിൽനിന്നുള്ള നക്കാപ്പിച്ചയ്ക്ക് രാജ്യത്തെയാകെ വിറ്റഴിക്കുന്നത് നിർത്തലാക്കുക എന്നതുമാണ്.

മൂന്ന് കർഷകനിയമങ്ങൾ പിൻവലിച്ചത്, കർഷകർക്കും ജനങ്ങൾക്കും ചരിത്രപരമായ വിജയവും, കോർപ്പറേറ്റ് വർഗ്ഗീയതയുടെ ശക്തികൾക്ക് നാണംകെട്ട തോല്വിയുമായിരുന്നു. സംയുക്ത കിസാൻ മോർച്ച നയിച്ച കർഷക സമരം, രാജ്യത്തിന്റെ സ്വാതന്ത്ര്യ സമര കാലം മുതലിങ്ങോട്ട് ഫ്യൂഡൽ കോർപ്പറേറ്റ് സാമ്രാജ്യത്വ ലോബിയുടെ ഏറ്റവും വിനീതവിധേയനായ ദാസ്യരായി പ്രവർത്തിച്ചുപോരുന്ന ബി ജെ പി-ആർ എസ് എസ് വാഴ്ചയുടെ ദേശീയവിരുദ്ധ നയങ്ങൾക്ക് നിർണ്ണായകമായ പ്രഹരമേല്പിച്ചു. എല്ലാവരെയും ഉൾക്കൊള്ളുന്ന സ്വഭാവത്തിലുള്ള കർഷക സമരം ജനാധിപത്യത്തിനും മതനിരപേക്ഷതയ്ക്കുംവേണ്ടിയുള്ള ഊർജ്ജസ്വലമായ അഗ്നിയായിരുന്നു. ദശലക്ഷക്കണക്കിനു കർഷകർ, തങ്ങൾക്കുവേണ്ടി മാത്രമല്ല, രാജ്യത്തെ ജനങ്ങൾക്കാകെ വേണ്ടി നടത്തിയ ദേശസ്നേഹപരമായ പോരാട്ടമായിരുന്നു അത്.

കർഷകസമരത്തിന്റെ വിജയം നല്കുന്ന ആവേശോജ്ജ്വലമായ പ്രചോദനം ഉൾക്കൊണ്ടുകൊണ്ട്, മേൽപറഞ്ഞ ഡിമാന്റുകൾക്കുവേണ്ടി

യുള്ള, നയമാറ്റത്തിനുവേണ്ടിയുള്ള, ഭരണമാറ്റത്തിനുവേണ്ടിയുള്ള ജനകീയ സമരം കൂടുതൽ കരുത്തോടെ ആത്മവിശ്വാസത്തോടെ നിശ്ചയദാർഢ്യത്തോടെ മുന്നോട്ടുപോകുകതന്നെ ചെയ്യും. എന്നാൽ അതിന്റെ വിജയത്തിന്, രാഷ്ട്രീയവും പ്രത്യയശാസ്ത്രപരവുമായി പോരാടേണ്ടതും, വർഗ്ഗീയതയുടെയും ജാതീയതയുടെയും സ്വേച്ഛാദിപത്യത്തിന്റെയും ഭീഷണവും വിഷലിപ്തവുമായ വൻവിപത്തിനെ പരാജയപ്പെടുത്തേണ്ടതും അനിവാര്യമാണ്.

ഏഴ് പതിറ്റാണ്ടിലേറെ പിന്നിട്ടിട്ടും ഇപ്പോഴും സാമൂഹിക നീതി മരീചിക തന്നെ

ബി വി രാഘവുലു

നമ്മുടെ രാജ്യം ഇപ്പോൾ സ്വാതന്ത്ര്യത്തിന്റെ 75-ാം വാർഷികം ആഘോഷിക്കുകയാണ്. ഈ കാലത്ത് ഒരിക്കൽപ്പോലും സ്വാതന്ത്ര്യത്തിനായുള്ള പോരാട്ടത്തിന്റെ ഭാഗമായിട്ടില്ലാത്ത ബി ജെ പിയാണ്, നമ്മുടെ സ്വാതന്ത്ര്യസമരത്തിന്റെ മഹനീയ മൂല്യങ്ങളെ-ജനാധിപത്യത്തെയും മതനിരപേക്ഷതയെയും സാമൂഹിക നീതിയെയും ഫെഡറലിസത്തെയും അട്ടിമറിക്കാൻ രാവും പകലുമെന്നില്ലാതെ പണിയെടുക്കുന്ന ബി ജെ പി നയിക്കുന്ന ഗവൺമെന്റാണ് 'ആസാദി കാ അമൃത് മഹോത്സവ്' ആഘോഷിക്കാൻ ആഹ്വാനം ചെയ്യുന്നത് എന്ന കാര്യം നമ്മുടെ ദൗർഭാഗ്യം തന്നെയാണ്. ഫാസിസ്റ്റ് സ്വഭാവമുള്ള ഹിന്ദുത്വ വർഗ്ഗീയ ശക്തികളുടെ രക്ഷാകർത്തൃത്വത്തിൽ പ്രവർത്തിക്കുന്ന മോദി ഗവൺമെന്റിന്റെ കഴിഞ്ഞ എട്ടു വർഷത്തെ ഭരണം ഏതുരീതിയിൽ പരിഗണിച്ചാലും രാജ്യത്തെ സംബന്ധിച്ചിടത്തോളം മഹാദുരന്തമായിരുന്നു. ഈ കാലഘട്ടത്തിൽ സാമൂഹിക നീതിക്ക് എന്ത് സംഭവിച്ചുവെന്നത് ഇതിന്റെ ദൃഷ്ടാന്തമാണ്. സാമൂഹിക നീതിയെ സംബന്ധിച്ച് കൈവരിച്ച ചില്ലറ നേട്ടങ്ങൾപോലും മോദിയുടെ വർഗ്ഗീയ-കോർപ്പറേറ്റ് നയങ്ങൾ കവർന്നെടുക്കപ്പെടുകയാണ്.

1947 ൽ സ്വാതന്ത്ര്യം നേടിയശേഷം, ഡോ. ബി ആർ അംബേദ്കർ കരട് രൂപം എഴുതി തയ്യാറാക്കിയ ജനാധിപത്യപരവും മതനിരപേക്ഷവുമായ ഭരണഘടന ദളിതർക്കും ഗോത്രവർഗ്ഗക്കാർക്കും അനുകൂലമായി നിരവധി പ്രത്യേക പരിപാടികൾ പ്രദാനം ചെയ്തു. അത് അയിത്തത്തെ നിർമ്മാർജ്ജനം ചെയ്തു. നിയമത്തിനു മുന്നിൽ എല്ലാവരും തുല്യരാണെന്ന് അതു പ്രഖ്യാപിച്ചു; ജാതിയുടെയോ മറ്റു സാമൂ

ഹിക വേർതിരിവുകളോ കണക്കിലെടുക്കാതെ 'ഒരാൾ, ഒരു വോട്ട്' എന്ന സമ്പ്രദായം കൊണ്ടുവന്നു. സർക്കാർ ജോലിയിലും വിദ്യാഭ്യാസ സ്ഥാപനങ്ങളിലും നിയമനിർമ്മാണ സഭകളിലെ സ്ഥാനങ്ങളിലും സംവരണം കൊണ്ടുവന്നു. ജാതീയമായ അതിക്രമങ്ങൾ തടയുന്നതിന് അതിക്രമങ്ങൾ തടയൽ നിയമം കൊണ്ടുവന്നു. ഒട്ടേറെ ക്ഷേമപദ്ധതികൾ നടപ്പാക്കപ്പെട്ടു. ഉപരിപ്ലവമായിട്ട് ഭൂപരിഷ്കരണം ഏറ്റെടുക്കാനുള്ള ചില നീക്കങ്ങളുമുണ്ടായി.

സൃഷ്ടിപരമായ ഈ നടപടികളെല്ലാം തുടക്കത്തിൽ സാമൂഹിക നീതി കൈവരിക്കാറായിരിക്കുന്നുവെന്നും ജാതി സമ്പ്രദായത്തിന്റെ അന്ത്യം കുറിക്കാൻ പോവുകയാണെന്നുമുള്ള ഒരു ആത്മസംതൃപ്തി സൃഷ്ടിച്ചു. കഴിഞ്ഞ ഏഴ് പതിറ്റാണ്ടുകാലം ഈ നയങ്ങൾ നടപ്പാക്കിയതിന്റെ ഫലങ്ങൾ നിരാശാജനകമാണെങ്കിലും ഈ വിഭാഗങ്ങളിലുള്ള ആകെ ജനസംഖ്യയുമായി തുലനം ചെയ്യുമ്പോൾ അതിന്റെ അനന്തരഫലം തീരെ തുച്ഛമാണെങ്കിലും ഒരു പരിധിവരെ ഈ സൃഷ്ടിപരമായ നടപടികൾ (affirmative actions) നിശ്ചയമായും ഗുണം ചെയ്തിട്ടുണ്ട്. സർക്കാർ സർവ്വീസിലെയും പൊതുമേഖലയിലെയും ജോലികളിലൂടെയും നിയമനിർമ്മാണവേദികളിലെ രാഷ്ട്രീയ പദവികളിലൂടെയും ഈ വിഭാഗങ്ങളിൽ നിന്നുള്ള വ്യക്തികൾക്ക് സാമൂഹികമായ മുന്നേറ്റത്തിനുള്ള സാദ്ധ്യത സംവരണം പ്രദാനം ചെയ്തു. സാമൂഹികമായി പ്രതികൂലാവസ്ഥയിലുള്ള ജനവിഭാഗങ്ങൾക്കിടയിൽ വിദ്യാഭ്യാസത്തിന്റെ വ്യാപനത്തിന് സംവരണം രാസത്വരകമായി. ദാരിദ്ര്യത്തെ അതിജീവിക്കാനുള്ള ലക്ഷ്യവേദിയായ (targitted) പദ്ധതികളിൽനിന്ന് ചില കുടുംബങ്ങൾ നേട്ടമുണ്ടാക്കി. എന്നാൽ മൊത്തത്തിൽ, മനുഷ്യാവകാശത്തിന്റേയും ആത്മാഭിമാനത്തിന്റേയും വിദ്യാഭ്യാസത്തിന്റേയും അജൻഡ ഇപ്പോഴും പൊതുവെ സാക്ഷാൽക്കരിക്കപ്പെട്ടിട്ടില്ല. സാമൂഹികമായ പ്രതികൂലാവസ്ഥ അനുഭവിക്കുന്ന ജനസാമാന്യത്തെ ഇപ്പോഴും തങ്ങളുടെ നിത്യജീവിതത്തിൽ ദാരിദ്ര്യവും നിരക്ഷരതയും അനാരോഗ്യവും തൊഴിലില്ലായ്മയും അടിച്ചമർത്തലും വിവേചനവും വേട്ടയാടുകയാണ്.

ഭരണഘടന ഉറപ്പുനല്കിയതും കഴിഞ്ഞകാലസമരങ്ങളിലൂടെ നേടിയെടുത്തതുമായ സൃഷ്ടിപരമായ നടപടികൾക്കുള്ള വ്യവസ്ഥകൾ നടപ്പാക്കിയതിലൂടെ എന്തെങ്കിലും ചില്ലറ നേട്ടങ്ങൾ കൈവരിച്ചതുപോലും ഇപ്പോൾ, കഴിഞ്ഞ എട്ടുവർഷത്തെ മോദിവാഴ്ചയിൽ തകർക്കപ്പെടുകയാണ്.

അടിച്ചമർത്തലും അതിക്രമങ്ങളും വർദ്ധിച്ചു

ദളിതർക്കെതിരായ ജാതി അടിസ്ഥാനമാക്കിയുള്ള അതിക്രമങ്ങൾ ബി ജെ പി ഭരണകാലത്ത് വലിയ അളവിൽ വർദ്ധിച്ചിരിക്കുന്നതായാണ്

കാണുന്നത്. 2014 നുശേഷം, ബി ജെ പിയും സംഘപരിവാറും സൃഷ്ടിച്ച മനുവാദി ചുറ്റുപാട് ശിക്ഷാഭയമില്ലാതെ ദളിതർക്കും ഗോത്രവർഗ്ഗക്കാർക്കും എതിരെ പ്രവർത്തിക്കാൻ ജാതിവാദികൾക്കും ഫ്യൂഡൽ ശക്തികൾക്കും കരുത്തു പകർന്നു. അടിക്കടി വർദ്ധിച്ചുവരുന്ന ജാതി അടിസ്ഥാനമാക്കിയ അതിക്രമങ്ങൾ പ്രതിഫലിപ്പിക്കുന്നത് മനുവാദി ബ്രാഹ്മണിക് അക്രമത്തെ ബി ജെ പി ഭരണം എങ്ങനെയാണ് പ്രോത്സാഹിപ്പിക്കുന്നത് എന്നതാണ്. ദളിതർക്കും ന്യൂനപക്ഷങ്ങൾക്കും നേരെയുള്ള നിഷ്ഠുരമായ ആക്രമണത്തിൽ അഭിരമിക്കുന്നതിന് നിരവധി സംഘപരിവാർ ഗ്രൂപ്പുകളെ പ്രോത്സാഹിപ്പിക്കുന്ന ഔദ്യോഗികമായ ഒരു മൗനാനുവാദം തന്നെയുണ്ട്. ഏഴ് ദളിത് പുരുഷന്മാരെ നഗ്നരാക്കി തല്ലിച്ചതച്ച ഈ സംഭവം വെളിപ്പെടുത്തുന്നത് ബി ജെ പി ഗവൺമെന്റിന്റെ നഗ്നമായ അജൻഡയാണ്. ഹത്രാസിൽ നടന്ന പൈശാചിക സംഭവം തുറന്നുകാണിക്കുന്നത് ദളിത് പെൺകുട്ടികളെ ലക്ഷ്യമിട്ടുള്ള ഹീനമായ ഈ ജാതിപരമായ അക്രമത്തെയാണ്.

ദളിതർക്കെതിരായ കുറ്റകൃത്യങ്ങൾ കുതിച്ചുയരുന്നതിലേക്ക് വിരൽചൂണ്ടുന്നതാണ് എൻ സി ആർ ബി ഡാറ്റ. ദളിതർക്കും ഗോത്രവർഗ്ഗക്കാർക്കും എതിരായ കുറ്റകൃത്യങ്ങൾ 2017 നെക്കാൾ 2018 ൽ യഥാക്രമം 27.3 ശതമാനവും 20.3 ശതമാനവും വർദ്ധിച്ചിട്ടുണ്ട്. എന്നാൽ ഈ കണക്കുകൾ യഥാർത്ഥ വസ്തുത കുറച്ചുകാണിക്കുന്നതാണ്. പല സംഭവങ്ങളും റിപ്പോർട്ടു ചെയ്യപ്പെടാതെ പോകുന്നുമുണ്ട്.

പൈശാചികമായ ഇത്തരം അക്രമങ്ങളുടെ നിരക്ക് ബി ജെ പി ഭരിക്കുന്ന സംസ്ഥാനങ്ങളിൽ വളരെ ഉയർന്നതാണ്. കഴിഞ്ഞ പത്ത് വർഷത്തിനിടയിൽ ഏറ്റവുമധികം കേസുകൾ റിപ്പോർട്ടു ചെയ്യപ്പെട്ടത് യു പി (95,751), ബിഹാർ (63,116), രാജസ്ഥാൻ (58,945), മദ്ധ്യപ്രദേശ് (44,469), ആന്ധ്രാപ്രദേശ് (26,881) എന്നീ സംസ്ഥാനങ്ങളിൽ നിന്നാണ്. കുറ്റകൃത്യങ്ങളുടെ നിരക്ക് (പട്ടികജാതി ജനസംഖ്യയുമായി താരതമ്യപ്പെടുത്തിയുള്ള കുറ്റകൃത്യങ്ങളുടെ അളവ്) ഏറ്റവുമധികമുള്ളത് രാജസ്ഥാനിലാണ്; അതു കഴിഞ്ഞ് മദ്ധ്യപ്രദേശും ബിഹാറുമാണ് രണ്ടും മൂന്നും സ്ഥാനത്ത്.

അതിക്രമങ്ങൾ തടയൽ നിയമപ്രകാരമുള്ള കേസുകൾ തീർപ്പാക്കാതെ കെട്ടിക്കിടക്കുന്നതിന്റെ നിരക്ക് 2020 ൽ 90.5 ശതമാനമാണ്; 2019 ൽ ഇത് 94 ശതമാനമായിരുന്നു. ബിഹാറിൽ വിചാരണയിലുണ്ടായിരുന്ന 49,008 അതിക്രമ കേസുകളിൽ 2020 ൽ തീർപ്പാക്കപ്പെട്ടത് 55 എണ്ണം മാത്രമാണ്; 40,953 എണ്ണവും (99.9 ശതമാനം) തീർപ്പാക്കാതെ കെട്ടിക്കിടക്കുകയാണ്. തീർപ്പായ 55 കേസുകളിൽ 53 എണ്ണവും കുറ്റവിമുക്തമാക്കപ്പെടുകയാണുണ്ടായത്.

കഴിഞ്ഞ പത്ത് വർഷത്തിനിടയിൽ ഗ്രാമീണ ഇന്ത്യയിൽ ജാതീയമായ അടിച്ചമർത്തലുകൾ ക്രൂരമായ രൂപത്തിൽ വീണ്ടും ശക്തമായി

വർദ്ധിച്ചുവരുന്നത് ബി ജെ പി ഭരണത്തിൻകീഴിൽ മനുവാദമുൻവിധികളുടെ വർദ്ധനവിനെയാണ് സാക്ഷ്യപ്പെടുത്തുന്നത്. 2010 ൽ നവസർജൻട്രസ്റ്റ് ഗുജറാത്തിലെ 1589 ഗ്രാമങ്ങളിൽ നടത്തിയ സർവ്വെ വെളിപ്പെടുത്തിയത് അവിടങ്ങളിലെ ദളിതർ 98 രൂപങ്ങളിലുള്ള അയിത്തം നേരിടുന്നതായാണ്. ഗ്രാമപ്രദേശങ്ങളിലെ സ്കൂളുകളിലെ കുട്ടികളെ പ്രകടമായിത്തന്നെ നിർല്ലജ്ജം വേർതിരിച്ചുനിർത്തുന്നത്; ഇപ്പോഴും കോട്ടമില്ലാത്തവിധം ഓരോ ജാതിക്കാർക്കും പ്രത്യേകം പ്രദേശങ്ങൾ നിശ്ചയിക്കുന്നത്; റോഡ് വക്കത്തെ ചായക്കടകളിൽ ദളിതർക്ക് പ്രത്യേക ഗ്ലാസുകൾ; വൃത്തിഹീനമായ തൊഴിലുകൾ എന്നറിയപ്പെടുന്നവയിലും മറ്റും അധികമായും ദളിതരെ ഏർപ്പെടുത്തുന്നത്; അധിക്ഷേപങ്ങളും ആക്രമണങ്ങളും തുടരുന്നത് എന്നിങ്ങനെ നീളുന്നു ഇവ. ഇപ്പോൾ പോലും ഈ അടിച്ചമർത്തൽ നടപടികൾ വ്യാപകമായി നടക്കുന്നുണ്ട്. 2018 ൽ സംസ്ഥാന സർക്കാർ തന്നെ നിയമസഭയിൽ സമ്മതിച്ചത്, 2013 നും 2017 നുമിടയ്ക്കുള്ള അഞ്ച് വർഷത്തിനിടയിൽ പട്ടികജാതിക്കാർക്കെതിരായ കുറ്റകൃത്യങ്ങൾ 32 ശതമാനവും പട്ടികവർഗ്ഗക്കാർക്കെതിരായ കുറ്റകൃത്യങ്ങൾ 55 ശതമാനവും വർദ്ധിച്ചതായാണ്.

സംവരണം ഇല്ലാതാക്കപ്പെടുന്നു

മോദി ഗവൺമെന്റിന്റെ അഭൂതപൂർവ്വവും ആക്രമണാത്മകവുമായ സ്വകാര്യവല്ക്കരണപരിപാടി സംവരണത്തിന്റെ മരണമണിമുഴക്കുന്നതാണ്. ഇരുന്നൂറ്റി അമ്പതോളം പൊതുമേഖലാ സ്ഥാപനങ്ങൾ നാല് വർഷംകൊണ്ട് സ്വകാര്യവല്ക്കരിക്കുന്നതിനായുള്ള ഒരു കർമ്മപദ്ധതി നീതിആയോഗ് തയ്യാറാക്കി. അതിന്റെ ഭാഗമായി കേന്ദ്രസർക്കാർ റെയിൽവേ, പ്രതിരോധം, ബഹിരാകാശം, വൈദ്യുതി, എണ്ണ, ധനമേഖല, ബാങ്കുകൾ എന്നിത്യാദിനിർണ്ണായക മേഖലകളിൽ പോലും സ്വകാര്യവല്ക്കരണം പ്രഖ്യാപിച്ചു. ദുർബ്ബലവിഭാഗങ്ങളെ സംബന്ധിച്ചിടത്തോളം ഏറ്റവുമധികം സംവരണത്തിന്റെ ഗുണം ലഭിച്ചിരുന്നത് പൊതുമേഖലയിൽ നിന്നാണ്; ആയതിനാൽ ദളിതരും മറ്റു ദുർബ്ബല വിഭാഗങ്ങളും അനുഭവിച്ചിരുന്ന സംവരണാനുകൂല്യത്തിനുനേരെയുള്ള നേരിട്ടുള്ള ആക്രമണമാണ് സ്വകാര്യവല്ക്കരണം.

കഴിഞ്ഞ ദശകത്തിൽ, സ്വകാര്യവല്ക്കരണം മൂലം പൊതുമണ്ഡലത്തിൽ വിദ്യാഭ്യാസാവസരങ്ങളും തൊഴിൽ അവസരങ്ങളും ദ്രുതഗതിയിൽ കുറഞ്ഞുവരികയാണ്. ആയതിനാൽ സംവരണം നടപ്പാക്കുന്നതിനുള്ള ഇടം ദിനംപ്രതി കുറഞ്ഞുവരികയാണ്. സംവരണത്തിന്റെ പരിമിതമായ പ്രയോജനംപോലും അതിവേഗം നഷ്ടപ്പെടുകയാണ്. ഐ ഐ ടി, ഐ ഐ എം എന്നിവ പോലെയുള്ള ഉന്നത വിദ്യാഭ്യാസ സ്ഥാപന

ങ്ങളാണ് സംവരണം നടപ്പാക്കുന്നതിൽ കൃത്രിമം കാണിക്കുന്ന ഏറ്റവും നികൃഷ്ടമായ കുറ്റവാളികൾ. ഇവയിൽ സംവരണം നടപ്പാക്കുമെന്ന് കേന്ദ്ര സർക്കാർ ആവർത്തിച്ച് വാഗ്ദാനം നല്കിയിട്ടും അധികമൊന്നും ചെയ്തിട്ടില്ല. 23 ഐ ഐ ടി കളിലായി മൊത്തം 6043 ഫാക്കൽറ്റി അംഗങ്ങളുള്ളതിൽ 149 പട്ടികജാതിക്കാരും 21 പട്ടിക വർഗ്ഗക്കാരും മാത്രമാണുള്ളത്; മൊത്തം ഫാക്കൽറ്റി അംഗങ്ങളിൽ മൂന്നുശതമാനത്തിലും കുറവാണിത് (2019). 13 ഐ ഐ എമ്മുകളിലായി 642 ഫാക്കൽറ്റി അംഗങ്ങളുള്ളതിൽ 4 എണ്ണം മാത്രമാണ് പട്ടികജാതിക്കാർ; പട്ടികവർഗ്ഗത്തിൽപെട്ട ഒരാൾ മാത്രവും! എ ഐ ഐ എമ്മുകളിൽ, 1,111 ഫാക്കൽറ്റി സ്ഥാനങ്ങളുള്ളതിൽ അസിസ്റ്റന്റ് പ്രൊഫസർമാരുടെ 275 തസ്തികകളും പ്രൊഫസർമാരുടെ 92 തസ്തികകളും ഒഴിഞ്ഞുകിടക്കുകയാണെന്ന് ഒരു പാർലമെന്ററി കമ്മിറ്റി കണ്ടെത്തി. കമ്മിറ്റി ഇങ്ങനെ വ്യക്തമാക്കി; "കൃത്യമായ യോഗ്യതയും അർഹതയും സമ്പൂർണ്ണപ്രവൃത്തി പരിചയവുമുള്ളവരായിരുന്നിട്ടും പട്ടികജാതി/പട്ടികവർഗ്ഗ അപേക്ഷകർ ഒഴിവാക്കപ്പെട്ടു." ഇതുപോലെ തന്നെ ഡൽഹി യൂണിവേഴ്സിറ്റിയിൽ 264 പ്രൊഫസർമാരുടെ തസ്തിക ഉണ്ടായിരുന്നിട്ടും പട്ടികജാതിയിൽ നിന്ന് മൂന്ന് പേരെ മാത്രമാണ് നിയമിച്ചത്; പട്ടികവർഗ്ഗത്തിൽനിന്നും ആരുമില്ല.

ബി ജെ പി മുന്നോട്ടുവയ്ക്കുന്ന പുത്തൻ വിദ്യാഭ്യാസനയം ദരിദ്ര ജനതയെ, പ്രത്യേകിച്ച് ദളിതരെ ദ്രോഹിക്കുന്നതാണ്. കാരണം അത് വിദ്യാഭ്യാസത്തിന്റെ വാണിജ്യവല്ക്കരണത്തെയും സ്വകാര്യവല്ക്കരണത്തെയും വർഗ്ഗീയവല്ക്കരണത്തെയും പ്രോത്സാഹിപ്പിക്കുന്നു.

ഉപപദ്ധതികൾ ഇല്ലാതാക്കപ്പെടുന്നു

പട്ടികജാതി-പട്ടികവർഗ്ഗക്കാരുടെ വികസനത്തിനുവേണ്ടിയുള്ള പ്രത്യേക ഘടകപദ്ധതികൾ എന്ന ആശയത്തെ അപ്പാടെ മോദി ഗവൺമെന്റ് തകർത്തിരിക്കുകയാണ്. ടാർജെന്റ് ചെയ്യപ്പെട്ട സ്കീമുകളിലേക്ക് ബജറ്റിലെ പ്ലാൻഫണ്ടുകൾ ചാനലൈസ് ചെയ്തുകൊണ്ട് കുടുംബങ്ങളുടെ വരുമാനം ഉയർത്തുന്നതിനായി ലക്ഷ്യമിട്ടിട്ടുള്ളതാണ് എസ് സി-എസ് ടി ഉപപദ്ധതികൾ. പട്ടികജാതിക്കാരുടെയും പട്ടികവർഗ്ഗക്കാരുടെയും ജനസംഖ്യക്കാനുപാതികമായ വിഹിതം ആ വിഭാഗങ്ങളുടെ വികസനത്തിനായി വിവിധ കേന്ദ്രമന്ത്രാലയങ്ങൾക്ക് യൂണിയൻ ഗവൺമെന്റ് ഫണ്ടുകൾ വകയിരുത്തേണ്ടതുണ്ട്. 2015-16 മുതൽ 2019 വരെയുള്ള 5 വർഷത്തേക്കുള്ള പട്ടികജാതി-പട്ടികവർഗ്ഗ ഉപപദ്ധതികൾക്കായുള്ള വകയിരുത്തൽ നയത്തിലെ വ്യവസ്ഥ പ്രകാരമുള്ള ജനസംഖ്യാനുപാതികമായതിനെക്കാൾ യഥാക്രമം 51 ശതമാനവും 41 ശതമാനവും കുറവാണ്. വകയിരുത്തപ്പെട്ട ഫണ്ടുകളിൽപോലും 21 ശതമാനം മാത്രമേ ഗുണഭോക്താക്കൾക്ക് നേരിട്ട് തുക ലഭ്യമാകുന്ന സ്കീമുകൾക്ക്

നല്കിയിട്ടുണ്ട്. പ്രത്യേക ഘടകപദ്ധതിയെന്ന ആശയത്തെതന്നെ ഇല്ലാതാക്കുന്നതിന് കേന്ദ്ര സർക്കാർ 2017-18 ൽ പ്ലാൻഫണ്ടും നോൺപ്ലാൻ ഫണ്ടും ലയിപ്പിച്ചു; ഇത് എസ് സി/എസ് ടി പദ്ധതികൾക്കായുള്ള തുകയുടെ യഥാർത്ഥ ചെലവഴിക്കലിൽ പിന്നെയും കുറവു വരുത്തുന്നതിനിടയാക്കി.

വിടാതെ തുടരുന്ന ദാരിദ്ര്യം

മോദിവാഴ്ചയിൽ കഴിഞ്ഞ ദശകത്തിൽ ദളിതരും ഗോത്രവർഗ്ഗക്കാരും മറ്റുള്ളവരും തമ്മിലുള്ള ദാരിദ്ര്യത്തിന്റെ അളവ് വർദ്ധിച്ചിരിക്കുന്നു. ഓക്സ്ഫോർഡ് പോവർട്ടി ആന്റ് ഹ്യൂമൻ ഡെവലപ്മെന്റ് ഇനിഷ്യേറ്റീവ് പ്രകാരം, 2021 ൽ ദാരിദ്ര്യത്തിന്റെ അളവ് ഏറ്റവുമധികമുള്ളത് പട്ടികവർഗ്ഗക്കാരിലാണ് (50.6 ശതമാനം); അതുകഴിഞ്ഞുള്ള സ്ഥാനം പട്ടികജാതിക്കാരിലാണ് (33.3 ശതമാനം); ഒ ബി സികൾ മൂന്നാം സ്ഥാനത്ത് വരുന്നു (27.2 ശതമാനം). നേരെമറിച്ച്, മറ്റുവിഭാഗങ്ങൾക്കിടയിലെ ദാരിദ്ര്യനില ഏറ്റവും കുറവാണ് (15.6 ശതമാനം). ബഹുമുഖ ദാരിദ്ര്യ സൂചിക (MPI) പ്രകാരം 2021 ൽ 109 രാജ്യങ്ങളുടെ കൂട്ടത്തിൽ ഇന്ത്യയുടെ സ്ഥാനം 66 ആണ്. 2013 ൽ രാജ്യത്തിന്റെ സ്വത്തിന്റെ 45 ശതമാനം ജനസംഖ്യയിൽ 21 ശതമാനമുള്ള ഉയർന്ന ജാതിക്കാരുടെ കൈവശമായിരുന്നു; എന്നാൽ ജനസംഖ്യാവിഹിതം 16 ശതമാനം വരുന്ന പട്ടിക ജാതിക്കാരുടെ കൈവശം 7 ശതമാനം മാത്രമാണുള്ളത്. പട്ടികജാതിക്കാർക്കിടയിലെ തൊഴിലില്ലായ്മ 2017-18 ൽ 6.3 ശതമാനമായിരുന്നത് 2018-19 ൽ 6.4 ശതമാനമായി ഉയർന്നു. പട്ടികവർഗ്ഗക്കാർക്കിടയിൽ ഇത് 4.3 ശതമാനത്തിൽനിന്നും 4.5 ശതമാനമായി ഉയർന്നു; അതേസമയം പൊതുവിലുള്ള തൊഴിലില്ലായ്മ നിരക്ക് 61 ശതമാനത്തിൽനിന്നും 5.8 ശതമാനമായി കുറയുകയാണുണ്ടായത്.

ഭൂഉടമസ്ഥതയിലെ ചായ്വ്

പട്ടികജാതിക്കാരുടെയും പട്ടികവർഗ്ഗക്കാരുടെയും മറ്റു ദരിദ്രവിഭാഗങ്ങളുടെയും താല്പര്യങ്ങൾ സംരക്ഷിക്കുന്ന നിയമങ്ങളെല്ലാം ദുർബ്ബലമാക്കാനും അവയിൽ വെള്ളം ചേർക്കാനുമുള്ള പ്രത്യക്ഷമോ പരോക്ഷമോ ആയ നടപടികളാണ് മോദിഗവൺമെന്റ് കൈക്കൊണ്ടുവരുന്നത്. സംസ്ഥാന സർക്കാരുകൾക്കുമേൽ അവയുടെ ഭൂപരിഷ്കരണ നിയമങ്ങൾ ഭേദഗതി ചെയ്യാൻ മോദി ഗവൺമെന്റ് അതിഭയങ്കരമായ സമ്മർദ്ദം ചെലുത്തുകയാണ്. 2014 നു ശേഷം ഭൂപരിഷ്കരണ നിയമങ്ങൾ ഭേദഗതി ചെയ്യാനുള്ള നടപടികളുടെ വേഗത വർദ്ധിച്ചിരിക്കുകയാണ്; വ്യത്യസ്ത രാഷ്ട്രീയ പാർട്ടികൾ നയിക്കുന്ന സംസ്ഥാനസർക്കാരുകൾ

വ്യവസായവും റിയൽ എസ്റ്റേറ്റും ഉൾപ്പെടെയുള്ള കാർഷികേതര ആവശ്യങ്ങൾക്കായി ഭൂമി വകമാറ്റാൻ കഴിയത്തക്കവിധം നിയമങ്ങൾ ഭേദഗതി ചെയ്യുകയാണ്. 2013 ലെ ഭൂമി ഏറ്റെടുക്കൽ നിയമം ഭേദഗതി ചെയ്യാനുള്ള നീക്കം പരാജയപ്പെട്ടശേഷം കേന്ദ്രസർക്കാർ ഈ നിയമത്തിൽ ഇടപെട്ട് അതിനെ ദുർബ്ബലമാക്കാൻ സംസ്ഥാനങ്ങൾക്കുമേൽ പ്രേരണ ചെലുത്തുകയാണ്; 2013 ലെ നിയമത്തിലെ കർഷകർക്കനുകൂലമായ വ്യവസ്ഥകൾ പലതും നിഷേധിക്കുന്ന തങ്ങളുടേതായ നിയമനിർമ്മാണം നടത്താനാണ് സംസ്ഥാനങ്ങളെ പ്രേരിപ്പിക്കുന്നത്.

കേന്ദ്ര സർക്കാർ ഗോത്രവർഗ്ഗക്കാരോട് പോലും ദയ കാണിക്കുന്നില്ല. ഇന്ത്യയിലെ വനങ്ങളുടെ നിയന്ത്രണവും അതിൽ ഇടപെടാനുള്ള അവകാശവും ലഭിക്കുന്നതിന് കോർപ്പറേറ്റുകൾക്കും സ്വകാര്യകമ്പനികൾക്കും അനുവാദം നല്കുന്നതിന് കേന്ദ്രസർക്കാർ വനസംരക്ഷണ നിയമത്തിനായുള്ള ചട്ടങ്ങൾ ഭേദഗതി ചെയ്തു. ഗ്രാമസഭകളുടെയും ഗോത്രവർഗ്ഗ സമൂഹത്തിന്റെയും മറ്റു പരമ്പരാഗതവനവാസികളുടെയും അവകാശങ്ങൾക്കു നേരെയുള്ള തികഞ്ഞ കടന്നാക്രമണമാണത്. ഭൂബാങ്കുകൾ സ്ഥാപിക്കുന്നതിനും കേന്ദ്രസർക്കാർ സംസ്ഥാനങ്ങളെ നിർബ്ബന്ധിക്കുകയാണ്; കഴിഞ്ഞകാലങ്ങളിൽ ദളിതർക്കും ഗോത്രവർഗ്ഗക്കാർക്കും നല്കിയിരുന്ന ഭൂമി പലവിധ ഒഴികഴിവുകളനുസരിച്ച് കവർന്നെടുക്കുന്നതിന് ഇടയാക്കുന്നതാണിത്.

ഭൂഉടമസ്ഥതയിൽ ഇതിനകം നിലനില്ക്കുന്ന അസമാനതകൾ രൂക്ഷമാക്കുന്നതാണ് ഈ നയങ്ങൾ. എൻ എസ് ഒ ഡാറ്റ വെളിപ്പെടുത്തുന്നത് 2018–19 ൽ മൊത്തം ഭൂമിയുടെ വെറും 9.5 ശതമാനം മാത്രമാണ് പട്ടികജാതി കുടുംബങ്ങളുടെ കൈവശമുള്ളത്; ജനസംഖ്യയിലെ അവരുടെ വിഹിതവുമായി താരതമ്യപ്പെടുത്തുമ്പോൾ ഇത് വളരെ തുച്ഛമായ വിഹിതം മാത്രമാണ്. ഒ ബി സി കുടുംബങ്ങൾക്കും ഉയർന്ന ജാതിക്കാർക്കും അവരുടെ ജനസംഖ്യാനുപാതികമായി നോക്കുമ്പോൾ കൂടുതൽ ഉയർന്ന ഭൂലഭ്യതയുണ്ട്-യഥാക്രമം 48 ശതമാനവും 29 ശതമാനവും.

പ്രധാനമന്ത്രി മോദി ഇടയ്ക്കിടെ സാമൂഹികനീതിയെക്കുറിച്ച് പറയാറുണ്ടെങ്കിലും കഴിഞ്ഞ എട്ട് വർഷക്കാലത്തെ അദ്ദേഹത്തിന്റെ ഗവൺമെന്റിന്റെ നയങ്ങളും നടപടികളും മുഖ്യമായും സാമൂഹിക നീതിയുമായി ബന്ധപ്പെട്ട എല്ലാ പരിപാടികളും പൊളിച്ചടുക്കുന്നതിന് ലക്ഷ്യമിട്ടുള്ളതാണ്; മാത്രമല്ല, ലിംഗപരവും ജാതീയവുമായവ ഉൾപ്പെടെ എല്ലാ സാമൂഹിക അസമത്വങ്ങളെയും ശക്തിപ്പെടുത്തുന്നവയുമാണ്.

ബി ജെ പി വാഴ്ചയുടെ ഈ വർഗ്ഗീയ-കോർപ്പറേറ്റ്-മനുവാദി വിപത്തിനെ നാം ചെറുത്തുതോല്പിക്കുന്നില്ലെങ്കിൽ ദളിതരെയും ഗോത്രവർഗ്ഗക്കാരെയും മറ്റു ദുർബ്ബല വിഭാഗങ്ങളെയും സംബന്ധിച്ചിടത്തോളം സാമൂഹിക നീതിയെന്നത് കഴിഞ്ഞകാല സംഭവങ്ങളായി മാറും. ആയതിനാൽ

നമ്മുടെ രാജ്യത്തെ ജനങ്ങളെ സംബന്ധിച്ചിടത്തോളം ഇപ്പോഴത്തെ പ്രധാന ആവശ്യം സങ്കല്പോത്സവം ആഘോഷിക്കലാണ്; നമ്മുടെ ഭരണഘടനപരിപാവനമായി ഉയർത്തിപ്പിടിക്കുന്ന നമ്മുടെ സ്വാതന്ത്ര്യസമരപ്രസ്ഥാനത്തിന്റെ മൂല്യങ്ങളുടെ സംരക്ഷണത്തിനായി പൊരുതുന്നതിനുള്ള സങ്കല്പം-ജനാധിപത്യം, മതനിരപേക്ഷത, ഫെഡറലിസം, സാമൂഹിക നീതി എന്നീ മൂല്യങ്ങളുടെ സംരക്ഷണത്തിനായി പൊരുതുന്നതിനുള്ള സങ്കല്പം.